Vô Biên Pháp Lạc

KHÔNG TRÚ

VÔ BIÊN PHÁP LẠC

LOTUS MEDIA
2021

VÔ BIÊN PHÁP LẠC
Tác giả: Không Trú
Lotus Media xuất bản tại Hoa Kỳ, 2021
Bìa và trình bày: Hoa Đàm Group
ISBN: 978-1-6780-9826-1

MỤC LỤC

LỜI THƯA DUYÊN KHỞI

Kính bạch chư tôn đức Tăng Ni
Kính thưa quý Phật tử gần xa

Cõi Ta bà này đã nhỏ trong hằng hà sa số cõi trong không gian vô tận. Ấy vậy, mà còn đủ năm thứ "uế trược" nữa.

Với tấm lòng Từ Bi vô hạn nên:
Các vị Đại Bồ Tát đã, đang, sẽ nguyện vào đây có ba việc chính:
Dạy dỗ, khuyến khích cho tất cả chúng sanh trở về nguồn cội Đại Bi Tâm

Dạy dỗ, khuyến khích cho tất cả chúng sanh biết cách Học, biết cách Tu để chính tự mình thoát khỏi cái khổ của: Sanh, Già, Bịnh, Chết

Dạy dỗ, khuyến khích cho tất cả chúng sanh phải dấn thân vào chỗ không còn tình người, chỗ chỉ có khổ đau.

Vô Biên Pháp Lạc Tập 1, có hai mươi lăm bài kinh ngắn nhưng có nội dung thật tuyệt vời từ Đại Tạng Kinh.

Soạn dịch với tất cả tấm lòng trân quý, với ước muốn nho nhỏ là: Mang lại niềm An vui, Hạnh phúc, Bình an cho tất cả chúng sanh.

Hy vọng chúng ta biết sống với cách sống: Đại Bi Tâm như chư Đại Bồ Tát đã nói, đã làm, đã sống.

Đại Bảo Trang Nghiêm

Kỷ niệm ngày Thành Đạo đức Bổn Sư
Mồng 8 tháng 12 năm Canh Tý

GIỮ TÂM THANH TỊNH

Đức Thế Tôn đang ở nước Xá Vệ, trong tinh xá của Cấp Cô Độc và rừng của thái tử Kỳ Đà.

Đức Thế Tôn tập họp đại chúng Tỷ Kheo lại rồi Ngài dạy rằng: "Các thầy hãy lắng nghe và suy nghĩ kỹ: làm thế nào để giữ Tâm Thanh Tịnh?"

Đức Thế Tôn dạy: "Này các Tỷ Kheo! Nếu các thầy muốn: Tu tập chánh hạnh. Giữ tâm thanh tịnh, thì các Thầy phải:

- *Đoạn trừ*: Năm chướng ngại
- *Tu tập*: Bảy pháp Giác chi

Năm chướng ngại là gì mà cần phải đoạn trừ:
- *Tham dục*
- *Sân nhuế*
- *Hôn trầm thụy miên*
- *Trạo cử*
- *Nghi*

Bảy pháp giác chi là gì? Mà cần phải tu tập:

- *Trạch pháp giác chi*
- *Niệm giác chi*
- *Tinh tấn giác chi*
- *Hỷ giác chi*
- *Khinh an giác chi*
- *Định giác chi*
- *Xả giác chi*

Này các Tỳ Kheo! Khi nói TÂM THANH TỊNH, phải biết TÂM ấy không thể diễn tả bằng ngôn từ. TUỆ cũng vậy. Do tham nhiễm làm TÂM dơ bẩn nên TÂM không thanh tịnh. Do vô minh che lấp TUỆ nên TUỆ không rực sáng.

Này các Tỳ Kheo! Nếu đoạn trừ được tham nhiễm TÂM giải thoát. Nếu đoạn trừ được vô minh TUỆ tỏa sáng.

Lại nữa, này các Tỳ Kheo! Nếu xóa sạch được nhiễm ô, TÂM giải thoát, gọi là Thân tác chứng

Dứt sạch vô minh, TUỆ giải thoát, gọi là Vô học.

Vĩnh viễn lìa tham ái, thấy biết rõ chân thật chánh trí, đời này chấm dứt mọi khổ đau.

Do vậy, này các Tỳ Kheo! Các thầy luôn luôn cố gắng tu tập".

Đại Bảo Trang Nghiêm

BẬC HIỀN
CÓ NĂM PHƯỚC ĐỨC

Con nghe như vầy: Một thời Đức Thế Tôn đang ở nước Xá Vệ, trong tịnh xá của ông Cấp Cô Độc và rừng của thái tử Kỳ Đà.

Đức Thế Tôn tập họp đại chúng Tỳ Kheo rồi Ngài dạy rằng: "Bậc Hiền khi thuyết pháp được năm phước đức. Năm phước đức đó là gì?

Được sống lâu: Không có bệnh hiểm nghèo và tật nguyền

Được giàu có: Lắm của, lắm tiền, giàu có, và không bị cướp giựt, lường gạt

Được thân hình đẹp đẽ: Trang nghiêm và gia đình rất hạnh phúc.

Được mọi người kính phục: Tiếng tăm lừng lẫy và nói gì mọi người nghe theo.

Được trí huệ hơn người: Nhiều sáng kiến giúp đời thấu triệt đạo đức làm người.

Nguyên nhân nào mà được phước báo như vậy?

Sau khi quy kính Tam Bảo và phát nguyện giữ trọn vẹn NĂM GIỚI CẤM của người Phật tử tại gia nên có được đời sống thật hạnh phúc, bình an, lợi lạc. Bậc hiền thấy, hiểu rõ được nguồn gốc khổ đau và hạnh phúc trong cuộc đời nên phát tâm giảng dạy, khuyến khích mọi người thực hành theo: Quy Kính Tam Bảo và phát nguyện giữ trọn vẹn Năm Giới Cấm của người Phật tử tại gia.

Đại Bảo Trang Nghiêm

Chú thích:

Đại Tạng 17. Mã số: 777. Trang 714a

Tây Tấn Hà Nội Sa Môn Bạch Pháp Tổ dịch

ÍT MUỐN BIẾT ĐỦ

Con nghe như vầy, một thời đức Thế Tôn đang ở nước Xá Vệ, trong tinh xá của ông Cấp Cô Độc và rừng cây của thái tử Kỳ Đà.

Đức Thế Tôn gọi các Tỳ Kheo đến, và Ngài dạy: Các thầy nên biết: Trong giáo pháp của Ta ít muốn biết đủ là cốt tủy. Bởi vậy, người xuất gia cạo tóc, đắp y bá nạp và đi khất thực để sống. Ở đời người ngu thấy vậy khinh chê miệt thị.

Họ đâu biết rằng: Nếu phát tâm xuất gia tu hành nghiêm túc thì tránh được nhiều chuyện rắc rối:

Trên vua chúa, dưới chánh quyền địa phương quấy nhiễu.

Vợ con, tôi tớ, kẻ làm, người ở oán trách

Bạn bè, bà con, kẻ trộm cướp hãm hại.

Bon chen danh lợi, mê mờ tâm trí.

Trong khi người xuất gia chỉ:

Quán chiếu: Sanh – Lão – Bệnh – Tử là khổ. Nhờ vậy đoạn tận mọi khổ đau trong tam đồ lục đạo.

Do tu tập thiền quán loại bỏ: Tham – Sân – Si.

Do tu học thấy rõ các pháp là Vô thường – Vô ngã – Niết bàn vắng lặng. Nên đời sống tràn đầy hạnh phúc, an lạc, giải thoát.

Nếu xuất gia mà:
Biếng nhác, giải đãi, không chịu khó tu tập.
Không nghiêm trì giới luật, oai nghi tế hạnh.
Không phát tâm dạy dỗ, hướng dẫn đàn hậu học

Thì:
Cả đời người bị hoang phế.
Lạm dụng của đàn na tín thí.
Sau khi thân hoại mạng chung, sa vào tam đồ ác đạo.

Chẳng khác nào đi thiêu thây chết mà:
Thiếu củi lửa.
Thây chết càng sình, càng thúi.
Kiến bu, ruồi đậu, sanh ra bao nhiêu bệnh tật khác.

Đức Thế Tôn thuyết giảng xong, các thầy Tỳ Kheo hoan hỷ tin theo và phụng hành.

Đại Bảo Trang Nghiêm

Chú thích:
Đại tạng 17 – Mã số: 799. Trang 744C.

BỐN PHÁP ĐẠI THỪA

Đại Đường Thiên Trúc Tam Tạng Địa Sa Ha La dịch

Con nghe như vầy, một thời đức Thế Tôn đang ở nước Xá Vệ, tinh xá của ông Cấp Cô Độc và rừng cây của thái tử Kỳ Đà cùng một ngàn hai trăm năm mươi vị Tỳ Kheo và vô lượng đại Bồ Tát.

Bấy giờ đức Thế Tôn dạy cho các vị Tỳ Kheo bốn pháp của Bồ Tát nguyện phụng hành suốt đời, dẫu gặp tai nạn mất mạng đi nữa, cũng không bao giờ được bỏ. Vậy bốn pháp đó là gì?

Không những chư Tỳ Kheo mà các vị Bồ tát cũng vậy, khi gặp phải hoàn cảnh khó khăn hay có thể mất mạng đi nữa không được bỏ BỒ ĐỀ TÂM.

Không những chư Tỳ Kheo mà các vị Bồ tát cũng vậy, khi gặp phải hoàn cảnh khó khăn hay có thể mất mạng đi nữa không được bỏ THIỆN TRI THỨC.

Không những chư Tỳ Kheo mà các vị Bồ tát cũng vậy, khi gặp

phải hoàn cảnh khó khăn hay có thể mất mạng đi nữa không được bỏ KHAM NHẪN ÁI LẠC.

Không những chư Tỳ Kheo mà các vị Bồ tát cũng vậy, khi gặp phải hoàn cảnh khó khăn hay có thể mất mạng đi nữa không được bỏ nơi YÊN LẶNG THANH TỊNH

Bấy giờ đức Thế Tôn tóm tắt nói bài kệ như sau:

Bậc trí ở trong đời
Luôn phát tâm Bồ đề
Thường nghĩ nhất thiết trí
Gần gũi thiện tri thức
Vững kham nhẫn ái lạc
Nương vào chỗ vắng tịnh
Giống như sư tử chúa
Xa lìa mọi sợ hãi.

Các bậc trí tuệ luôn tu tập BỐN PHÁP ĐẠI THỪA này, chắc chắn thoát khỏi lưới Ma và Ma vương. Mau chóng thành bậc Vô Thượng Chánh Đẳng Bồ Đề. Khi đức Thế Tôn giảng dạy kinh này xong, chư Tỳ Kheo và các vị đại Bồ Tát rất vui mừng và nguyện tu tập theo.

Đại Bảo Trang Nghiêm

Chú thích:
Đại tạng 17 – Mã số: 772. Trang 708B.

MƯỜI HIỆU CỦA ĐỨC PHẬT

Như Lai - Ứng Cúng – Chánh Đẳng Giác – Minh Hạnh Túc - Thiện Thệ - Thế Gian Giải – Vô Thượng Sĩ – Điều Ngự Trượng Phu – Thiên Nhân Sư – Phật, Thế Tôn.

Tôn giả A Nan bạch Phật: Nghĩa Như Lai là gì?

Đức Thế Tôn dạy các Tỳ Kheo: Từ lúc xa xưa Ta tu nhân Bồ Tát thừa. Trải qua vô số kiếp làm lợi lạc cho chúng sanh vì muốn đạt được: Vô thượng chánh đẳng chánh giác.

Nay Ta đạt được Bồ Đề - Niết Bàn – Thấy rõ thật tướng các pháp – Chứng Bát chánh đạo, nên gọi là Như Lai. Như trong thời quá khứ các bậc Chánh đẳng chánh giác điều phục được tâm, đạt được Niết bàn cũng gọi Như Lai.

Nghĩa Ứng Cúng là gì?

Bạch Đức Thế Tôn. Đức Thế Tôn dạy: Cũng từ lúc xa xưa, Ta tu nhân: Làm lành lánh dữ. Giới hạnh, oai nghi nghiêm túc giữ gìn.

Chưa bao giờ phạm mười điều lành. Đạo lực ngày càng phát triển viên mãn, chứng đạt Niết bàn, đoạn sạch phiền não chướng và sở tri chướng. Do vậy Thân – Khẩu – Ý thanh tịnh vô nhiễm. Ví như cây Đa La bị cắt đứt đầu không thể nảy sanh chồi lá.

Do vì: Tham – Sân – Si và các phiền não khác đã đoạn sạch nên không bị tái sanh trong tam đồ lục đạo và bốn khổ: Sanh – Lão – Bịnh – Chết cũng chấm dứt luôn. Nên được gọi Ứng Cúng.

Nghĩa Chánh Đẳng Chánh Giác là gì?

Đức Thế Tôn dạy: Bậc Như Lai đầy đủ tất cả trí huệ nên bất cứ lúc nào, bất cứ ở đâu và bất cứ pháp nào Ngài cũng hiểu rõ tận cùng. Ngài dùng Tứ Niệm Xứ - Tứ Chánh Cần - Tứ Thần Túc – Ngũ Căn – Ngũ Lực – Thất Giác Tri – Bát Thánh Đạo – Mười Hai Duyên Sanh – Tứ Đế.

Ngài dùng pháp bình đẳng khai thị cho tất cả chúng sanh được tuệ giác để đoạn tận lậu hoặc. Sau đó chứng Thánh quả: Tu Đà Hàm – Tư Đà Hàm – A Na Hàm – A La Hán. Đầy đủ ba minh sáu thông nương vào Đại Thừa tu tập Thập Địa Bồ Tát. Cuối cùng đạt được Vô Thượng Giác nên gọi Chánh Đẳng Chánh Giác.

Nghĩa Minh Hạnh Túc là gì?

Đức Thế Tôn dạy: Minh có ba:
  1. *Thiên nhãn minh*
  2. *Túc mạng minh*
  3. *Lậu tận minh*

Hạnh túc: Thân nghiệp, Khẩu nghiệp và Ý nghiệp của Như Lai khéo tu tập nên Chánh Chơn – Thanh Tịnh. Y, bát... đầy đủ nhưng không tham ái chấp trước. Nhờ vào nguyện lực nên khiến có đầy đủ nên gọi Minh Hạnh Túc.

Nghĩa Thiện Thệ là gì?

Đức Thế Tôn dạy: Tự tại đến và đi. Chúng sanh. Phàm phu còn đầy ấp: Tham – Sân – Si nên nghiệp dẫn tái sanh trong ba nẻo, sáu đường... thì không được gọi tự tại đến và đi. Vì bị nghiệp dẫn dắt chưa tự tại. Như Lai với chánh trí đoạn tận gốc rễ khổ đau nên tự tại đến và đi từ địa ngục đến Phật quả. Do vậy, nên gọi là Thiện Thệ.

Nghĩa Thế Gian Giải Vô Thượng Sĩ là gì?

Đức Thế Tôn dạy: Thế gian bao gồm: Dục giới. Sắc giới, Vô sắc giới. Địa ngục, Ngạ quỷ, Bàng sanh, chúng sanh các cõi này đầy đủ. Sắc uẩn – Thọ uẩn – Tưởng uẩn – Hành uẩn và Thức uẩn. Nhãn, Nhĩ, Tỷ, Thiệt, Thân, Ý căn. Nhãn thức... ý thức sở duyên tất cả các pháp gọi là Thế gian. Chánh giác, chánh tri là Thế Gian Giải. Trong Thế gian có loài có 2 chân, bốn chân, nhiều chân và không chân.

Cõi dục giới hay sắc giới, hay cõi có tưởng hay không tưởng, hay không có tưởng hay không không có tưởng. Hoặc phàm hoặc thánh... tất cả loài hữu tình duy có Đức Thế Tôn là bậc nhất, không có ai sánh bằng, nên gọi Vô Thượng Sĩ.

Nghĩa Điều Ngự Trượng Phu là gì?

Đức Thế Tôn dạy: Đức Thế Tôn là bậc đại trượng phu và hay điều phục hai loại: Thiện và Ác. Ác là ba nghiệp không tốt: Ý không tốt, Thân không tốt và Miệng không tốt khởi lên. Bất cứ ai mà tạo ba nghiệp không tốt chắc chắn sau khi thân hoại mạng chung đọa vào địa ngục, ngạ quỷ và súc sanh để trả quả báo. Thiện là tốt: Ý tốt, Thân tốt, Miệng tốt khởi lên. Bất cứ ai mà tạo ba nghiệp tốt chắc chắn sau khi thân hoại mạng chung được sanh làm người, trời hưởng phước báo tốt đẹp. Thiện Ác đều do tâm tạo. Nghĩa của Niết bàn xả bỏ mọi cấu nhiễm, hoàn toàn thanh tịnh. Vậy Điều Ngự Trượng Phu là đạt được Tối Thượng tịch tịnh Niết bàn.

Nghĩa Thiên Nhân Sư là gì?

Bạch Đức Thế Tôn, Đức Thế Tôn dạy: Không phải thầy A Nan mà cả tỳ kheo, tỳ kheo ni, cận sự nam, cận sự nữ, làm thầy cả chư thiên và loài người, sa môn, bà la môn, ma vương, long vương, ngoại đạo. Bất cứ chủng tộc nào, bộ lạc nào nghe hiểu và tu tập theo lời Ta giảng dạy đều gọi là Phật tử. Do vậy gọi là Thiên Nhân Sư.

Nghĩa Phật là gì?

Bạch Đức Thế Tôn, Đức Thế Tôn dạy: Trí tuệ đầy đủ - Tự giác – Giác tha – Giác hạnh tròn đầy.

Đức Thế Tôn dạy thêm: Này A Nan! Lúc Ta đi kinh hành có một Bà la môn theo sau và hỏi Ta: Vì lý do gì mà Ngài được mọi người xem như Cha Mẹ và gọi Ngài là Phật. Ta đáp:

Bậc trí thức ở đời biết được: Sanh - Lão - Bệnh - Tử khổ. Ta không những biết: Sanh - Lão - Bệnh - Tử khổ mà còn rõ biết nguyên nhân khổ từ đâu và biết làm thế nào chấm dứt sự khổ đau ấy.

Bậc trí thức ở đời biết được: Sơ thiền - Nhị thiền... Khi Ta tu khổ hạnh, Ta đạt được Diệt Tận Định, nhưng không chấm dứt sanh tử luân hồi. Sau đó, Ta phát hiện chỉ có: Giới - Định - Tuệ là con đường thoát khỏi Sanh – Lão – Bệnh – Tử khổ. Do vậy được gọi là Phật.

Nghĩa Thế Tôn là gì?

Bạch Đức Thế Tôn, Đức Thế Tôn dạy: Từ nhân duyên lành thấy rõ, biết rõ Tham – Sân – Si là nguồn gốc khổ đau trong luân hồi sanh tử. Cần tu theo Giới pháp – Tâm thiện pháp – Trí tuệ pháp, nhờ tu tập như vậy, Ta có Vô lậu trí tuệ, nhổ bỏ gốc rễ vô minh, chứng Vô thượng giác. Nhờ vậy mà Trời – Người – Phàm – Thánh – Thế gian – Xuất thế gian tôn trọng, quý kính nên gọi là Thế Tôn.

Ghi chú: Trong kinh luận có nhiều chỗ không thống nhất trong 10 danh hiệu của Đức Thế Tôn, nên ghi chép ra đây để quý vị tham khảo thêm. Có khi:

- Thế gian giải và Vô thượng sĩ thành 1 danh hiệu
- Vô thượng sĩ và Điều ngự trượng phu thành 1 danh hiệu
- Phật và Thế Tôn thành 1 danh hiệu.

BÀI KINH SỐ 6

BA HẠNG ĐỆ TỬ TẠI GIA

Con nghe như vầy, một thời Đức Thế Tôn đang ở nước Xá Vệ, trong tinh xá của ông Cấp Cô Độc và rừng cây của thái tử Kỳ Đà, cùng với một ngàn hai trăm năm mươi vị Tỳ Kheo.

Tôn giả A Nan từ chỗ ngồi quỳ xuống bạch đức Thế Tôn: Con có câu hỏi xin Thế Tôn giảng dạy cho chúng con nghe để xóa bỏ mê mờ. Đức Thế Tôn nói: Hay lắm, ông cứ hỏi.

Bạch Đức Thế Tôn, Chúng ưu bà tắc học đạo có ba hạng: Thượng – Trung – Hạ, mong Ngài giải thích cho chúng con được rõ. Đức Thế Tôn dạy: Hay lắm, Thầy vì người hiện tại và mai sau hỏi câu hỏi như thế này, các Thầy lắng lòng lắng nghe. A Nan bạch Phật: Dạ, chúng con mong được Đức Thế Tôn giảng dạy.

Hạng thượng: Khi Ưu Bà Tắc và Ưu Bà Di phát tâm quy kính Tam Bảo và phát nguyện giữ gìn năm giới cấm. Họ giữ rất nghiêm túc, không dám tái phạm điều gì. Không những vậy, họ còn khuyến khích người khác chưa hiểu đạo nên quy kính Tam Bảo và phát nguyện giữ gìn năm giới cấm. Không những vậy mà còn dạy bảo mọi người nên Phát Bồ Đề Tâm. Hãy dùng tâm này thương yêu, quý mến mọi người như đứa con Một của mình. Hướng dẫn tụng, học, tu theo kinh điển Đại Thừa. Làm với Tâm Bồ Đề nên không mong cầu đền ơn đáp nghĩa với cơm, áo, gạo, tiền, vàng, bạc của báu... v.v.. Vì muốn giúp người khác học, tu theo Phật là chính. Luôn luôn tu tập theo Lục Độ của Bồ Tát: Bố thí – Trì giới – Nhẫn nhục – Tinh tấn – Thiền định – Trí tuệ.

Không mong cầu đạt Thánh quả: Tu đà hoàn – Tư đà hàm – A na hàm – A la hán – Bích chi Phật. Mục đích cứu giúp, dạy dỗ chúng sanh thoát khỏi mọi khổ nạn: Sanh – Lão – Bệnh – Tử.

Hướng dẫn tu học theo Đại thừa, chỉ cách phát Bồ Đề Tâm.

Đây chính là chúng Ưu Bà Tắc, Ưu Bà Di thượng hạng.

Hạng trung: Khi Ưu Bà Tắc, Ưu Bà Di phát tâm quy kính Tam Bảo và phát nguyện giữ gìn năm giới cấm. Họ giữ rất nghiêm túc không dám tái phạm điều gì. Không những vậy, họ còn khuyến khích người khác chưa hiểu đạo nên quy kính Tam Bảo và phát nguyện giữ gìn năm giới cấm.

Rất tiếc, họ chưa gieo hạt giống Đại thừa, nên không sao nghe được cách phát Tâm Bồ Đề, do vậy không biết gì về Lục độ. Do không biết nên không học, không tu theo Đại thừa nên khi xả báo thân này, tái sanh trong Nhân đạo hay Thiên đạo vẫn chưa thoát khỏi: Sanh – Già – Bệnh – Chết.

Đây chính là chúng Ưu Bà Tắc, Ưu Bà Di hạng Trung.

Hạng hạ: Khi Ưu Bà Tắc và Ưu Bà Di cũng biết phát tâm quy kính Tam Bảo và phát nguyện giữ gìn năm giới cấm. Nhưng tâm không vững, nguyện không bền nên phạm đủ năm giới.

May mắn còn chút duyên lành gặp được Thầy hiền, bạn tốt khuyên răng nhắc nhở, họ biết ăn năn hối cải, sám hối lỗi lầm. Rất tiếc, họ chưa gieo hạt giống Bồ Đề nên không biết pháp Đại thừa. Nên chưa nghe được và hiểu Lục Độ là gì? Không hiểu nhân quả nên cho rằng sống chết, giàu nghèo đều do Thượng Đế hay do Ác thần hiện ban phước giáng họa.

Do Nhân như vậy, khi thân hoại mạng chung chắc chắn tam đồ, lục đạo chờ sẵn. Nếu tái sanh làm người ngu si, nghèo khó, thiếu duyên lành gặp được Tam Bảo.

Đức Thế Tôn dạy A Nan, nên khuyến tấn mọi người quý kính Tam Bảo, phát nguyện quy y Tam Bảo và giữ gìn năm giới cấm. Đừng bao giờ hăm he, dọa nạt, cản trở bất cứ ai đi vào đường Đạo.

Đức Thế Tôn giảng xong, tất cả thính chúng đảnh lễ rồi lui ra.

Đại Bảo Trang Nghiêm

Chú thích:
Đại tạng 17, Mã số 767, Trang 1000

BA NGÔI CAO THƯỢNG

Con nghe như vầy, một thời Đức Thế Tôn đang ở nước Xá Vệ, trong tinh xá của ông Cấp Cô Độc và rừng cây của thái tử Kỳ Đà, cùng với một ngàn hai trăm năm mươi vị Tỳ Kheo.

Lúc bấy giờ, Đức Thế Tôn gọi chư Tỳ Kheo và dạy rằng: Ở đời có Ba Ngôi Cao Thượng, các thầy hãy lắng nghe và suy nghĩ kỹ, Ta vì các ông mà thuyết giảng. Chư Tỳ Kheo bạch Đức Thế Tôn: Dạ, chúng con lắng lòng lặng nghe, kính mong Đức Thế Tôn thuyết giảng cho chúng con.

Đức Thế Tôn dạy: Ở đời có Ba Ngôi Cao Thượng. Ba Ngôi Cao Thượng là gì? Đó là:

1. Phật Bảo; 2. Pháp Bảo; 3. Tăng Bảo.

Này chư Tỳ Kheo, có những chúng sanh có hai chân, bốn chân, nhiều chân hay không chân. Có những chúng sanh có hình dáng hay không hình dáng. Có những chúng sanh có tưởng hay không có tưởng hay không tưởng không không tưởng... Như Lai trong đó là bậc Cao Thượng thứ nhất.

Này chư Tỳ Kheo, nếu có bất cứ ai trong loài người, loài trời khởi tâm thâm tín Phật Bảo sẽ được quả báo tuyệt vời.

Này chư Tỳ Kheo, trong các pháp hữu vi hay vô vi, có sắc hay không có sắc, Ly Dục Pháp là pháp cao thượng thứ hai.

Này chư Tỳ Kheo, nếu có bất cứ ai trong loài người hay loài trời khởi tín tâm và tu tập theo Ly Dục Pháp chắc chắn thoát khỏi: Sanh – Già – Bịnh – Chết.

Này chư Tỳ Kheo, nếu có bất cứ thiện nam tử nào bỏ tục, cắt tóc, xuất gia học đạo, và đã thọ đại giới, nghiêm trì giới luật tinh nghiêm, sống ở những nơi thanh tịnh bình an. Đó là bậc Cao Thượng thứ ba.

Đức Thế Tôn thuyết giảng Ba Ngôi Cao Thượng xong, chư Tỳ Kheo rất hoan hỷ, đảnh lễ Đức Thế Tôn rồi lui ra.

Đại Bảo Trang Nghiêm

Oct. 01. 2020
Trung thu Canh Tý

Chú thích:
Đại Tạng 17, trang 745a, N. 800

PHAN DUYÊN VỚI CÁC TRẦN

Con nghe như vầy: Một thời đức Thế Tôn đang ở nước Xá Vệ, trong tinh xá của ông Cấp Cô Độc và rừng cây của thái tử Kỳ Đà.

Đức Thế Tôn dạy các Tỳ Kheo: Này các Tỳ Kheo, nếu có bất cứ ai phan duyên bất cứ trần pháp nào với tâm nhiễm ô, mê hoặc, sầu bi, mê đắm... chắc chắn phải chìm đắm trong bể khổ sanh tử triền miên.

Trong đời sống hiện tại, những người như thế làm sao có được đời sống cao thượng tốt đẹp.

Như ngã chàng trai vô văn phàm phu muốn đi tìm kiếm cho mình một cô gái mỹ miều, dễ thương, dịu dàng... làm "của" riêng mình. Đó là ngã chàng trai háo sắc, bị ô uế, bị mê hoặc làm hại đời mình.

Như ngã chàng trai vô văn phàm phu muốn đi tìm cầu cho riêng mình những âm thanh ngọt ngào, chìu chuộng, dễ nghe... làm "của" riêng mình từ các cô "má phấn môi son" bị say đắm, bị tham lam, bị cảm thọ làm hại đời ngã chàng trai nay.

Cũng vậy, từ mũi tìm kiếm mùi hương nồng nàn ngây ngất... làm "của" riêng mình.

Cũng vậy, từ lưỡi tìm kiếm vị khoái khẩu, mặn mà... làm "của" riêng mình.

Cũng vậy, tự thân tìm kiếm cảm xúc mát rượi, trơn láng, mịn màng... làm "của" riêng mình.

Chắc chắn những ngã chàng trai vô văn phàm phu tự mình chuốc lấy khổ đau nhiều đời nhiều kiếp trong luân hồi sanh tử.

Ở đời không những chỉ có những ngã chàng trai vô văn phàm phu mà luôn có lắm cô nàng cũng vô văn phàm phu.

Như cô dâm nữ hăm hở tìm kiếm anh chàng đẹp đẽ, khỏe mạnh... làm "của" riêng mình. Đó là cô nàng háo sắc, bị ô uế, bị mê hoặc làm hại đời mình.

Như cô nàng vô văn phàm phu chạy lui chạy tới, kiếm trước tìm sau những âm thanh của những chàng trai khỏe mạnh đẹp đẽ làm "của" riêng mình. Vì bị say đắm, bị tham lam, bị lạc cảm thọ làm hại đời cô nàng vô văn phàm phu này.

Cũng vậy, từ mũi cố tìm kiếm mùi hương nồng nàn, ngây ngất, vừa ý... làm "của" riêng mình.

Cũng vậy, từ lưỡi tìm kiếm vị khoái khẩu mặn mà, ngọt lịm... làm "của" riêng mình.

Cũng vậy, từ thân tìm kiếm cho được cảm xúc mát rượi, trơn láng, mịn màng... làm "của" riêng mình.

Cũng vậy, từ thân tìm kiếm cho được cảm xúc mát rượi, trơn láng, mịn màng... làm "của" riêng mình.

Chắc chắn những cô nàng vô văn phàm phu chạy theo 5 trần: Sắc – Thanh – Hương – Vị - Xúc để thỏa thích cái ngu muội, say đắm, mong cầu "của" riêng mình.

Chắc chắn những cô nàng vô văn phàm phu chạy mãi, tìm mãi năm trần vừa ý để làm "của" riêng mình, chưa được thỏa mãn mà già – bịnh – chết sắp kề. Sau khi mạng chung phải chịu khổ đau nhiều đời nhiều kiếp trong luân hồi sanh tử.

Này các Tỳ Kheo chớ nên và đừng bao giờ làm theo như những ngã vô văn phàm phu kia phan duyên với năm trần: Sắc – Thanh – Hương – Vị - Xúc với tâm ô nhiễm, tham luyến, say mê...

Đức Thế Tôn giảng dạy xong, các vị Tỳ Kheo vui vẻ và tu tập theo lời đức Thế Tôn dạy.

Đại Bảo Trang Nghiêm

Trung Thu Canh Tý
Oct. 1. 2020

Chú thích:

Đại tạng kinh 17, Mã số: 702, Trang: 736c

BÀI KINH SỐ 9

BÀ CỤ GIÀ

Con nghe như vầy, một thời đức Thế Tôn đang ở xứ Đọa Xá La, dừng chân ở nơi Nhạc Âm

Lúc bấy giờ có tám trăm Tỳ Kheo và Bồ Tát và cả vạn dân bản xứ.

Bấy giờ có bà cụ già, nghèo nàn, chân bước đi chậm chạp đến đảnh lễ đức Thế Tôn và bạch rằng: Bạch đức Thế Tôn, con có vài câu hỏi, mong Ngài giải thích cho con và người sau được hiểu. Đức Thế Tôn nói: Lành thay! Bà cụ có câu hỏi gì thì cứ hỏi.

Dạ, bạch Thế Tôn cho con hỏi.

Sanh từ đâu mà đến và rồi Nó sẽ đi về chốn nào?

Già từ đâu mà đến và rồi Nó sẽ đi về chốn nào?

Bịnh từ đâu mà đến và rồi Nó sẽ đi về chốn nào?

Chết từ đâu mà đến và rồi Nó sẽ đi về chốn nào?

Sắc – đau đớn – ngứa ngáy – tư tưởng – sống chết và thức từ đâu mà đến và rồi chúng sẽ đi về chốn nào?

Mắt – tai – mũi – miệng – thân – tâm từ đâu mà đến và rồi chúng sẽ đi về chốn nào?

Đất – nước – gió – lửa – hư không từ đâu mà đến và rồi chúng sẽ đi về chốn nào?

Đức Thế Tôn khen: Hay lắm. Bà cụ hỏi nhiều câu hỏi thật hay, thật có ý nghĩa. Hãy lắng nghe Ta giải thích.

Sanh không từ đâu mà đến và rồi nó sẽ cũng không đi về đâu.

Lão – Bịnh – Chết... không từ đâu mà đến và rồi chúng nó sẽ cũng không đi về đâu.

Các pháp đều là như vậy. Ta sẽ ví dụ thêm cho bà rõ. Ví dụ: dùng hai thanh gỗ cọ xát nhau phát sanh ra lửa. Không lẽ lửa đó thiêu rụi hai thanh gỗ sao?

Nay Ta hỏi bà: Vậy thì lửa đó từ đâu mà đến và rồi nó sẽ đi về đâu?

Bà cụ già trả lời: Nhân duyên đầy đủ liền sanh Hỏa. Nhân duyên ly tán Hỏa liền diệt. Đức Thế Tôn dạy: Các pháp đều như vậy. Nhân duyên tập hợp đầy đủ thì thành. Nhân duyên mỗi nẻo tức diệt.

Vì vậy các pháp không có chỗ đến và cũng không có chỗ đi.

Mắt thấy sắc tức ý – ý tức sắc. Cả hai đều không, không thành, cũng không diệt

Ví dụ như cái trống. Phải có nhiều yếu tố như: gỗ, da, công thợ mới thành. Còn tiếng của cái trống, âm thanh không phải từ da, không phải từ dùi trống, không phải từ tay người đánh... hội đủ nhiều duyên mới có tiếng trống.

Quá khứ - tương lai cũng không có tiếng trống nếu không đủ duyên.

Cũng như trời mưa, không phải từ thân, từ miệng của con rồng tuôn chảy ra. Mưa phải từ mây – gió – nhiệt độ... tạo thành.

Hay người họa sĩ, ông ta vẽ được những bức tranh tuyệt đẹp, không phải từ tay, từ màu sắc, từ giấy hay vải, từ bút vẽ, từ tâm... mà phải hội đủ các yếu tố trên mới có những bức tranh tuyệt vời.

Sống – Chết cũng như vậy. Nếu mỗi chúng ta biết quy kính Tam Bảo, phát nguyện giữ gìn năm giới cấm hay mười giới của Thập Thiện, giới của Bồ Tát... và tu theo Tứ Vô Lượng Tâm: Từ - Bi – Hỷ - Xả... Khi xả báo thân này chắc chắn sanh làm người, làm trời, làm thánh.

Còn những ai không biết ăn chay, làm phước, lòng đầy ắp: tham – sân – si... không biết tu nhân tích đức... chắc chắn khi xả báo thân này phải tái sanh trong ba đường, sáu nẻo luân hồi.

Bà già được nghe lời giảng dạy của đức Thế Tôn. Lòng bà rất hoan hỷ, thanh tịnh, giải thoát.

Đức Thế Tôn thuyết giảng xong, chư Tỳ Kheo, Bồ Tát và dân chúng rất vui mừng, nguyện tin theo và tu tập theo lời đức Thế Tôn dạy. Tất cả đảnh lễ đức Thế Tôn rồi lui ra.

Đại Bảo Trang Nghiêm

Chú thích:
Đại tạng 14, Mã số: 559, Trang 911c

BỒ TÁT SANH ĐỊA KINH

Con nghe như vầy, một thời đức Thế Tôn du hóa đến nước Ca Duy La Vệ của giòng họ Thích Ca. Cùng với năm trăm vị Tỳ Kheo ngồi tĩnh lặng dưới các gốc cây Ni Câu Loại.

Lúc bấy giờ, trong thành có ông trưởng giả chủng tộc Thích Ca, tên Ta Ma Kiệt đang đi đến chỗ đức Thế Tôn, đến nơi ông ta đảnh lễ đức Thế Tôn, lễ xong ngồi xuống một bên, chắp tay bạch đức Thế Tôn:

Các vị bồ tát thường làm việc gì? Để:

Mau chống đắc vô thượng chánh đẳng chánh giác.

Đầy đủ 32 tướng tốt và 80 vẻ đẹp.

Từ quốc độ của đức Thế Tôn này đến quốc độ của đức Thế Tôn khác một cách tự tại.

Lúc lâm chung tâm không hoảng hốt, sợ sệt, rối loạn

Đời sống kế tiếp không bị đọa lạc các nước có tám nạn.

Thấy rõ những chuyện ở: quá khứ, hiện tại, vị lai.

Hoàn thành mọi Phật sự thật tốt đẹp

Biết cả các pháp một cách tự tại

Đạt được: Tín – Giải – Không – Hành.

Luôn luôn làm vị Tỳ Kheo thanh tịnh.

Không bao giờ phạm giới.

Oai nghi, tế hạnh thật trang nghiêm.

Thích ở nơi vắng vẻ nhàn tịnh.

Xa lánh cuộc sống hơn thua, buôn bán phố chợ, ồn ào, bon chen.

Đức Thế Tôn dạy: Lành thay! Ta Ma Kiệt. Ta sẽ vì ông mà thuyết giảng.

Pháp tu thứ nhất phải: Học nhẫn nhục – Tu nhẫn nhục. Đây là một hạnh tu trong sáu hạnh của Bồ Tát. (Bố thí – Trì giới – Nhẫn nhục – Tinh tấn – Thiền định và Trí Tuệ).

Nhẫn nhục là pháp tu căn bản nhất, nhờ nó mau chóng thành bậc giác ngộ. Tu tập Nhẫn nhục có bốn trường hợp rất khó khăn, chúng ta cần thực tập nhiều lần để vượt qua.

Nếu có bất cứ ai vô cớ mắng chửi, mạ lỵ, nhục mạ mình... cứ yên lặng chịu đựng, không nói lời đáp trả. Chỉ niệm A Di Đà Phật.

Nếu có bất cứ ai vô cớ đánh đập, thoại trên đạp dưới mình... cứ yên lặng chịu đựng, không khởi tâm trả thù. Chỉ niệm A Di Đà Phật.

Nếu có bất cứ ai vô cớ la hét, chỉ chỏ mình... cứ yên lặng chịu đựng, hãy khởi tâm Từ Bi thương xót họ. Chỉ niệm A Di Đà Phật.

Nếu có bất cứ ai vô cớ khinh khi, vu khống, chửi thề, nói tục... cứ yên lặng chịu đựng, hãy khởi tâm cầu nguyện cho họ. Chỉ niệm A Di Đà Phật.

Đức Thế Tôn nói kệ tóm tắt:
Đánh đập chửi mắng – không nên sân
Sân si gào thét – không nên hận
Hạnh tu Bồ tát – là như vậy
Mọi việc bình an – thật nhẹ nhàng.

Lời sân – không khinh khi
Chưa từng – khởi loạn tâm
Không phạm – không ác ý
Tu vậy – chóng thành Phật

Bậc sĩ thương tu nhẫn
Chắc chắn thành Chánh giác
Thành thục Đại bi tâm
Ba mươi hai tướng đẹp

Làm việc với kẻ xấu
Thường vui với gậy gộc
Lòng xấu đối xử nhau
Ác đạo là lối về.

Tà kiến lại cao ngạo
Dấu lời ngon tiếng ngọt
Hắn vào cõi tối tăm
Làm sao gần Bồ tát

Kẻ ngu tham cường quyền
Sống không biết lễ nghĩa

Không già trẻ, gái trai
Sa vào địa ngục khổ

Nếu ai muốn thành Phật
Phải tu Giới Định Tuệ
Nhờ Thầy tốt bạn hiền
Tâm không thương giúp người.

Lúc bấy giờ, trưởng giả Ta Ma Kiệt lấy hết đồ trang sức của mình dâng cúng đức Thế Tôn. Ngài dùng thần lực nhiệm mầu khiến mọi đồ trang sức của ông ta biến thành bảo cái cực kỳ tốt đẹp, lơ lửng trên hư không. Trong bảo cái có thêm năm trăm hóa nhân xuất hiện, cũng đồng lấy hết đồ trang sức của mình dâng cúng đức Thế Tôn, và cùng bạch: Chúng con phát nguyện thành bậc vô thượng chánh đẳng chánh giác.

Trưởng giả Ta Ma Kiệt tận mắt trông thấy các hóa nhân phát nguyện như vậy, lòng rất vui mừng hớn hở và bạch đức Thế Tôn: Các hóa nhân này từ các cõi trời đến chăng? Hay từ bốn Phương bốn góc đến chăng? Hay từ trong lòng đất vọt ra? Đức Thế Tôn dạy: Các hóa nhân này không phải từ mười phương thế giới đến, cũng không phải từ Trời, từ loài Rồng, từ Thần, từ Phi nhân đến. Cũng không phải từ: Đất, nước, gió, lửa, hư không đến. Cũng không phải từ: Sắc, thọ, tưởng, hành, thức đến. Cũng không phải từ: phi ý, phi tâm, phi tác, phi tới, phi lui. Cũng không phải đời này, đời sau, phi sống, chết đến.

Những người này, không từ đâu đến, như ảnh trong gương, không chấp, không xả, không từ đâu đến. Không chỗ được: Vô ngã, vô nhân, vô mạng, vô thức.

Nếu có thiện nam tín nữ nào thấy biết rõ các pháp như những

hóa nhân không khác. Tin và thực hành như vậy là người Phật tử chân chánh. Nhờ hàng phục được ma quân nên gọi là thanh tịnh Bồ tát, hay còn gọi Bất thoái chuyển đại nhân.

Đức Thế Tôn gọi Ta Ma Kiệt dạy rằng: Nếu có ai nghe được Kinh này mà lòng sợ sệt, phỉ báng, chê bai thì họ là hạng người không phải Sa môn, không phải phạm chí... Họ là kẻ phóng dật mà thôi.

Hiển giả A Nan bạch đức Thế Tôn:
Kinh này gọi là gì? Chúng con phụng trì như thế nào?

Đức Thế Tôn dạy:
Kinh này gọi là: Bồ Tát Sanh Địa Kinh

Hãy thường xuyên tu theo bốn pháp nhẫn nhục đã giảng dạy trên.

Hiển giả A Nan và đại chúng vui mừng, tin theo và thực hành. Đảnh lễ đức Thế Tôn rồi lui ra.

Đại Bảo Trang Nghiêm

GIỚI – ĐỨC HƯƠNG

Con nghe như vầy, một thời đức Thế Tôn đang ở nước Xá Vệ, trong tinh xá của ông Cấp Cô Độc và rừng cây của thái tử Kỳ Đà.

Lúc bấy giờ, tôn giả A Nan độc cư thiền quán. Ngài thấy được ở cõi đời này có ba loại hương thơm:

Gốc có mùi hương thơm

Nhánh có mùi hương thơm

Hoa có mùi hương thơm

Ba loại hương thơm này tùy theo chiều gió, nếu gió thổi ngược chiều thì không có thơm tho gì hết.

Ngài tư duy tìm hiểu, ở đời này có loại hương nào ngược chiều gió mà vẫn thơm tho như thường không? Ngài không thấy, biết loại mùi hương độc đáo đó.

Ngài bèn xả thiền, đi đến đức Thế Tôn, đến nơi Ngài quỳ xuống đảnh lễ đức Thế Tôn ba lạy rồi bạch: con, trong lúc độc cú thiền quán thấy được, ở cõi đời này có ba loại hương thơm tho chỉ theo chiều gió. Chưa thấy, chưa biết có loại hương thơm nào ngược chiều gió. Mong đức Thế Tôn chỉ dạy cho con. Đức Thế Tôn dạy: Ông hỏi hay lắm, Ta sẽ vì ông mà giảng giải. Tôn giả A Nan đáp: Dạ, bạch đức Thế Tôn, con đang lắng lòng lắng nghe.

Đức Thế Tôn dạy: Này A Nan, nếu có bất cứ nam, nữ, già, trẻ nào, ở bất cứ nước nào, quận nào, phố nào, thôn ấp, làng xóm nào, thành thị hay thôn quê mà phát tâm quy y Tam Bảo và khéo giữ gìn Năm giới cấm và phát nguyện Tu Tập theo Thập Thiện Nghiệp Đạo là những đóa hoa thơm tho, ngọt ngào bay ngược chiều gió. Hơn thế nữa, đóa hoa này không bị thời gian, không gian, gió, mưa, bốn mùa hủy hoại sắc và hương của nó.

Này A Nan! Nhưng Tu Tập theo Thập Thiện Nghiệp Đạo như thế nào?

Thứ nhất tu tập về Thân có ba trường hợp:
- *Không được sát sanh*
- *Không được gian tham, trộm cướp*
- *Không được tà hạnh trong dâm dục*

Thứ hai tu tập về Khẩu có bốn trường hợp:
- *Không được nói dối*
- *Không được nói thêm, nói bớt*
- *Không được nói cho hai bên hiềm khích, tàn sát nhau*
- *Không được nói tục tĩu, chửi bới, phỉ báng*
- *Thứ ba tu tập về Tâm có ba trường hợp:*
- *Không được tham lam*
- *Không được giận hờn, thù ghét*
- *Không được tà kiến (ngu si)*

Ngoài ra, còn phải thương cha, kính mẹ, tôn kính ông bà tổ tiên, thương yêu con cháu. Mà còn biết kính trên nhường dưới. Giúp đỡ mọi người lúc khó khăn chật vật, đau ốm, đơn chiếc... Mà còn biết khuyên dạy đạo lý cho các thế hệ trẻ...

Những ai làm được như vậy, chính họ là những đóa hoa hương thơm ngào ngạt, bất tử với thời gian, lưu danh thơm muôn thuở, không những vậy mà còn bay ngược chiều gió... đem lại niềm vui, hạnh phúc cho chính mình và mọi người.

Những đóa hoa này được Long thần, Thiên thần, tà ma nể trọng. Không những vậy, những đóa hoa này cũng được chư vị Thanh văn, Duyên giác, Bồ tát và chư Phật ở mười phương tán thán và nói: Lành thay! Lành thay!

Bấy giờ đức Thế Tôn dùng bài kệ tóm tắt:
Có hoa đủ sắc hương
Chỉ thơm theo chiều gió
Không bằng hương chiên đàn
Hương tỏa khắp muôn nơi
Tốt bụng biết thương người
Hương đây ngược chiều gió
Bậc trượng phu quân tử
Hương sắc bủa muôn nơi
Bạch đàn lẫn chiên đàn
Hương thơm bay muôn nơi
Sen xanh thơm tuyệt vời
Trong các sắc hương này
Giới hương tuyệt vời nhất
Thanh tịnh không phóng dật
Thấy rõ chốn trở về

Bình an và hạnh phúc
Sắc hương hoa bất tận
Nương Tam Bảo tu tập
Trí, Từ càng tỏa sáng
Giúp đỡ chúng sanh khổ
Đạo Phật đường duy nhất.

Đức Thế Tôn gọi A Nan dạy thêm:

Này A Nan! Sắc hương đặc biệt này, không có sức mạnh nào cản trở được, cho dù núi Tu Di cao lớn cũng không che chắn được. Trời đất cũng không thể nào làm nhạt mờ sắc hương hoa. Đất nước gió lửa cũng không thể nào làm tàn rụi, phá hủy sắc hương hoa.

Này A Nan!

Nếu cả đời người không sát hại bất cứ sinh vật nào, không dùng vũ khí, binh khí, dao gậy gộc làm tổn thương mạng sống của chúng sanh thì đời này và đời sau không mang bịnh hiểm nghèo. Không khuyết tật. Đời sống thật bình an và trường thọ.

Nếu cả đời người không gian tham, trộm cướp, lường gạt... Không những đời này mà đời sau, cơm, gạo, áo tiền đầy đủ, của cải tiền bạc ngày càng nhiều.

Nếu cả đời người không tà dục, hãm hại, gian díu, thì đời sau được hóa sanh trong hoa sen.

Nếu cả đời người không nói dối, môi, miệng đều thơm tho, nói ra điều gì cũng chân thật, mọi người đều tin theo.

Nếu cả đời người không nói thêu dệt, khi nói ra điều gì mọi người tin theo. Không chống đối hay chê trách.

Nếu cả đời người không nói hai lưỡi, khi nói ra điều gì mọi người đều khen, trong gia đình trên thuận dưới hòa.

Nếu cả đời người không nói ác độc, nguyền rủa, mắng nhiếc, chửi bới, thì răng, lưỡi, miệng không méo, mốm, hô. Khi nói ra điều gì ai ai cũng hoan hỷ, tin nhận.

Nếu cả đời người không tham lam, giành giựt tiền bạc, danh vọng, sống đời sống được mọi người quý kính, tán thán.

Nếu cả đời người không giận hờn, không mưu sâu kế hiểm, ai ai thấy cũng hoan hỷ. Tướng mạo đoan trang, làm việc gì cũng thành công.

Nếu cả đời người không tà kiến, ngu si. Sống đời sống biết đâu là nhân, đâu là quả. Có nhiều sáng kiến giúp mọi người ấm no, hạnh phúc và cùng sống với nhau trong biển cả Đại Bi của mười phương chư Phật, chư đại Bồ Tát.

Đức Thế Tôn, thuyết giảng xong, chư Tỳ Kheo và thính chúng đảnh lễ đức Thế Tôn và nguyện y theo lời dạy của Ngài mà hành trì trong cuộc sống

Đại Bảo Trang Nghiêm

Ghi chú:
Đại tạng 2, Mã số: 116, Trang 507c

CHƯ THIÊN THỈNH Ý PHẬT

Con nghe như vầy, một thời đức Thế Tôn đang ở nước Xá Vệ, trong tinh xá của ông Cấp Cô Độc và rừng cây của thái tử Kỳ Đà.

Lúc bấy giờ, có một vị Thiên, nhan sắc tuyệt vời, trời quá nửa đêm, bay xuống chỗ đức Thế Tôn ngụ, đảnh lễ sát đất, xong đứng qua một bên. Hào quang của vị Thiên này đỏ rực, chiếu khắp cả khu rừng. Vị Thiên này dùng kệ thỉnh ý đức Thế Tôn:

Cái gì bén nhọn hơn đao kiếm

Cái gì độc hại hơn thuốc độc

Cái gì rực sáng hơn ánh lửa

Nơi nào tối tăm nhất trong đời

Đức Thế Tôn cũng dùng kệ trả lời cho vị Thiên đó:

Nói đâm thọc nhọn hơn đao kiếm

Tham dục độc hại hơn thuốc độc

Lửa giận lóe sáng hơn ánh lửa

Ngu si tối tăm nhất trong đời.

Vị Thiên này cũng dùng kệ thỉnh ý đức Thế Tôn:
Người nào được lợi lạc
Người nào mất lợi lạc
Người nào sống mềm mỏng
Người nào hơn dao gậy

Đức Thế Tôn cũng dùng kệ trả lời cho vị Thiên đó:
Người cho được lợi lạc
Người nhận mất lợi lạc
Người nhẫn sống mềm mỏng
Trí tuệ hơn dao gậy

Vị Thiên này cũng dùng kệ thỉnh ý đức Thế Tôn:
Người nào ưa trộm cướp
Người nào sáng suốt giàu
Ai trên cõi đời này
Mang tiếng cướp giựt đoạt

Đức Thế Tôn cũng dùng kệ trả lời cho vị Thiên đó:
Tâm tà sanh trộm cướp
Giữ giới, bố thí giàu
Cõi đời và cõi trời
Phạm giới là cướp đoạt

Vị Thiên cũng dùng kệ thỉnh ý đức Thế Tôn:
Ai là người an lạc
Ai là người giàu sang
Ai là người đoan trang
Ai là người xấu xí

Đức Thế Tôn cũng dùng kệ trả lời cho vị Thiên đó:
Ít muốn được an lạc

Biết đủ là sang giàu
Giữ giới thân tướng đẹp
Phá giới rất xấu xí

Vị Thiên này cũng dùng kệ thỉnh ý đức Thế Tôn:
Ai thân thiện bà con
Ai ác tâm oán hờn
Ở đâu cực khổ nhất
Nơi nào an lạc nhất

Đức Thế Tôn cũng dùng kệ trả lời cho vị Thiên đó:
Có phước bà con gần
Xấu ác gây oán hờn
Địa ngục cực kỳ khổ
Không sanh thật tuyệt vời

Vị Thiên này cũng dùng kệ thỉnh ý đức Thế Tôn:
Ai rất cần yêu thương
Ai yêu thương không cần
Ai mang bịnh cực nóng
Ai là thầy thuốc giỏi

Đức Thế Tôn cũng dùng kệ trả lời cho vị Thiên đó:
Kẻ ái dục cần yêu
Vị giải thoát không cần
Kẻ nghèo bịnh cực nóng
Thế Tôn thầy thuốc giỏi

Vị Thiên này cũng dùng kệ thỉnh ý đức Thế Tôn:
Ai chống đối thế gian
Ai mê hoặc lòng người
Ai bị bạn xa lánh

Ai khó được sanh thiên

Đức Thế Tôn cũng dùng kệ trả lời cho vị Thiên đó:
Kẻ ngu ngốc chống đời
Kẻ dốt quậy phá người
Kẻ tham bạn lành bỏ
Kẻ nhiễm khó sanh thiên

Vị Thiên này cũng dùng kệ thỉnh ý đức Thế Tôn:
Vật gì lửa không thiêu
Gió thổi không tan mất
Nước không làm thúi rả
Hay nỗi giúp mọi người
Ai cùng vua giết giặc
Chiến đấu càng dũng mãnh
Không vì người Không người
Trừ hậu hoạn mai sau

Đức Thế Tôn cũng dùng kệ trả lời cho vị Thiên đó:
Phước đức lửa không thiêu
Gió thổi không tan nát
Vào nước không thối rả
Làm bè phao cứu người
Phước là vua giết giặc
Chiến đấu càng dũng mãnh
Không vì người không người
Trừ hậu hoạn mai sau

Vị Thiên này cũng dùng kệ thỉnh ý đức Thế Tôn:
Con còn chút nghi ngờ
Thỉnh Phật khai thị cho

Đời này mãi đời sau
Người đó bị chê trách

Đức Thế Tôn cũng dùng kệ trả lời cho vị Thiên đó:
Ai đó thật giàu có
Không cúng dường bố thí
Đời này mãi đời sau
Người ấy bị chê trách

Bấy giờ vị Thiên đó, nghe xong những lời dạy của đức Thế Tôn, rất hoan hỷ và đảnh lễ dưới chân Ngài, rồi biến mất.

Đại Bảo Trang Nghiêm

Chú thích:
Đại tạng 15, Mã số: 592, Trang 124c

BỒ TÁT HA SẮC DỤC PHÁP KINH

Sắc đẹp của người con gái.

Kẻ phàm phu ngu muội khi tham ái nổi lên đam mê sắc đẹp của người con gái thì khó lòng tháo gỡ, bị cột chặt suốt đời.

Sắc đẹp của người con gái.

Kẻ phàm phu ngu muội khi tham ái nổi lên đam mê sắc đẹp của người con gái thì hoạn nạn, hoạn nạn liên tục ập tới không ngừng. Bị án tù chung thân đến chết chưa được ân xá.

Sắc đẹp của người con gái.

Kẻ phàm phu ngu muội khi tham ái nổi lên đam mê sắc đẹp của người con gái thì tai họa, tai họa cứ đến cứ đến liên tục không dừng. Tai trời, ách nước còn tránh được, khổ, khổ, khổ không những đời này mà cả đời sau khó mong thoát khỏi.

Bậc Thánh hiền, người tu tập đã từ bỏ được, không còn khởi niệm đam mê, luôn luôn nên nhớ rằng:

Nay ta đã thoát ra khỏi từ "địa ngục yêu thương"
Nay ta đã thoát ra cảnh tối tăm của ái dục.
Nay ta đã thoát ra cảnh hương nồng phấn son...
Nguyện không bao giờ nghĩ đến nữa.
Bậc Thánh hiền đã dứt khoát.

Người còn tu tập luôn luôn nhớ rằng: Ta đã thoát khỏi luân hồi sanh tử, không nên, không bao giờ quay đầu lại chỉ chuốc lấy khổ đau.

Sắc đẹp của người con gái, như người đời thường nói: ngọt lịm như mật ong nhưng tấm lòng của họ rất ác độc. Ví cái đầm sâu rộng mặt nước, không chút gợn sóng, mọi hiện tượng đều hiện ra trên mặt nước rất tốt đẹp. Ai đâu có ngờ, dưới đó có con rồng hung dữ, độc hại sinh sống. Hay núi vàng óng ánh đẹp đẽ nhưng trong hang núi cả bầy sư tử sinh sống.

Bậc Thánh hiền và người tu tập đã thấy được sự nguy hại như thế, nên luôn luôn tránh xa.

Gia đình có cuộc sống không hạnh phúc, không hòa thuận với nhau... giai do mấy bà.

Giòng tộc, tông phong bị phá hủy,... gia do mấy bà.

Ví như ngư phủ đi đánh cá sông, cá biển, quăng chài, quăng lưới chằng chịt, lỗ lưới lại nhỏ... cá to, cá nhỏ đều bị sa lưới.

Ví như hầm sâu lại tối tăm đầy chông, gai, rắn độc, rết độc... nếu ai không có "mắt tuệ" chắc chắn phải rơi vào.

Ví như con thiêu thân ham ánh sáng đâm đầu vào lửa, chưa

"hưởng thụ" gì thân đã hóa thành tro, khói.

Do vậy, người có "mắt tuệ" luôn luôn lánh xa nên không bị có họa "độc long" "rắn rết độc hại" tàn sát.

Người tu tập cần học hạnh "viễn ly" thì con đường giải thoát, an lạc, bình an, thênh thang trước mặt ta.

Đại Bảo Trang Nghiêm

Chú Thích:
Đại tạng 15, Mã số: 615, Trang 286a
Dịch giả: Ngài Cưu Ma La Thập

ĐỨC THẾ TÔN DẠY: THỜ PHẬT NHƯ THẾ NÀO ĐỂ ĐƯỢC LỢI LẠC; SỐNG NHƯ THẾ NÀO ĐỂ ĐƯỢC HẠNH PHÚC

Đức Thế Tôn dạy tôn giả A Nan rằng:

Có người thờ Phật để mong cầu giàu có.

Có người thờ Phật để mong cầu tai qua nạn khỏi.

Có người thờ Phật để khi Ông Bà Cha Mẹ và người thân qua đời được Phật rước.

Tôn giả A Nan quỳ gối chắp tay đảnh lễ đức Thế Tôn thưa thỉnh: Bạch đức Thế Tôn

Thờ Phật như thế nào để được lợi lạc?

Sống như thế nào để được hạnh phúc?

Đức Thế Tôn dạy:

Thờ Phật là mong cầu gặp được minh sư. Nhờ minh sư chỉ dạy ta hiểu được giáo lý cơ bản như: Tam bảo là gì? Nhân quả ba đời ra sao?... dần dần giảng giải thêm giáo lý thâm sâu diệu ảo như: Tứ Diệu Đế:

- *Đây là Khổ*
- *Đây là nguyên nhân của khổ*
- *Đây là Niết bàn tịch tịnh*
- *Đây là con đường tu tập để diệt khổ*

Sau bài pháp Tứ Diệu Đế, minh sư giảng dạy cho ta bài pháp cuối cùng. Bài pháp tuyệt vời nhất, Đạo lý duyên khởi như sau:

Các pháp do duyên sanh

Các pháp do duyên diệt

Thế Tôn thật vĩ đại

Nên suy tư, quán chiếu.

Nhờ học và chiêm nghiệm giáo lý nhiệm mầu của đức Thế Tôn nên chúng ta có được Chánh Kiến. Từ có Chánh Kiến chúng ta có Chánh Tư Duy, Chánh Ngữ, Chánh Nghiệp, Chánh Mạng, Chánh Tinh Tấn, Chánh Niệm, Chánh Định... Nhờ vậy, vòng sanh tử luân hồi chấm dứt, lợi lạc biết bao.

Sống như thế nào để được hạnh phúc?

Bậc minh sư dần dần hướng dẫn cho chúng ta biết quy kính Tam Bảo và phát nguyện giữ trọn vẹn năm giới cấm.

Tam bảo gồm:

- *Phật bảo*: Đấng đầy đủ: Từ bi và Trí tuệ

- *Pháp bảo*: Lời dạy của đức Thế Tôn, chúng ta nương theo đó mà tu tập

- *Tăng bảo:* Đoàn thể tu hành thanh tịnh, là bạn lành và thầy tốt giúp cho chúng ta tu tập.

Năm giới cấm:

1. *Sát sanh:* Không được giết chết bất cứ sanh vật nào.

2. *Trộm cướp:* Không được gian tham trộm cướp tài sản của bất cứ ai.

3. *Không Tà hạnh:* Không được gian díu tình cảm với tình dục với bất cứ ai, trừ người phối ngẫu.

4. *Không Nói dối:* chia ra bốn loại:

   - Chuyện không nói có – Chuyện có nói không.
   - Nói thêm thắt
   - Nói bên này, rồi nói bên kia khiến bất hòa, xích mích, nổi giận... với nhau.
   - Nguyền rủa – Chửi bới – Nói lời thô lỗ - Cộc cằn – Chửi thề - Nói phù phiếm

5. *Không uống rượu – Hút á phiện – Cần sa – Ma túy và chơi bài bạc – đỏ đen.*

Bất cứ ai đã phát tâm quy kính Tam bảo và giữ gìn trọn vẹn năm giới cấm. Không những ngay trong đời này, chúng ta được an vui, hạnh phúc, nhẹ nhàng, và khi tái sanh chắc chắn sẽ được làm người có đủ năm đặc tính phi thường như sau:

Sống đời sống không bị tai nạn nguy hiểm đến tánh mạng, sống rất trường thọ.

Sống đời sống thảnh thơi, không lo cơm, gạo, áo, tiền. Dư ăn, dư mặt, tiền kho, bạc đụn.

Con người thanh tú, đẹp đẽ, gia đình hạnh phúc, con cháu để

huệ, trên thuận dưới hòa.

Sống đời sống đầy uy tín, nói gì ai cũng nghe, dạy điều gì ai cũng thích làm theo, có được âm thanh tuyệt vời. Khuyên răn ai cũng quý mến và quan trọng hơn hết là: Giải quyết tranh chấp, kiện tụng... đôi bên đều vui vẻ. Không còn thù oán hay ganh ghét nữa.

Sống đời sống cao thượng, trí tuệ mẫn tiệp. Hiểu và biết rất sâu sắc, học hành loại xuất sắc, thi đâu đậu đó. Quyền cao chức trọng và quan trọng nhất luôn luôn dạy đạo lý, luân thường cho mọi người, ai ai cũng hoan hỷ làm theo.

Đại Bảo Trang Nghiêm

Chú thích:
Đại tạng 17, Mã số: 739, Trang 542c
Sa môn Pháp cự đời Tây Tấn dịch.

ĐỨC THẾ TÔN DẠY: CÓ BỐN ƯỚC MƠ

Con nghe như vầy: Một thời đức Thế Tôn đang ở nước Câu Di Na Kiệt[1] cùng với năm trăm vị tỳ kheo. Đức Thế Tôn cùng chư tỳ kheo ngồi dưới gốc cây Ni diên thọ, vì hàng ngàn hàng vạn người đức Thế Tôn thuyết giảng.

Trong thành có ông trưởng giả giàu có, tên là Thuần Đà[2]. Ông có đứa con mới mười bốn tuổi, chẳng may mang bịnh nặng, chữa trị không lành, sau đó qua đời. Cha mẹ, anh em, bên nội, bên ngoại vô cùng thương tiếc, khóc lóc, ưu sầu, than vãng xót xa.

Bấy giờ, ông Thuần Đà nghe đức Thế Tôn đến đây thuyết giảng cùng với chư tỳ kheo. Ông bèn nói với vợ ông: thật là may mắn và hạnh phúc. Chúng ta phải đi đến đảnh lễ đức Thế Tôn và chư tỳ kheo và nghe giảng pháp.

---

[1] Câu Di Na Kiệt Quốc

[2] Ông Thuần Đà: cùng tên với ông Thuần Đà cúng dường bữa ăn cuối cùng cho đức Thế Tôn.

Ông và vợ ông cùng bà con nội ngoại đi đến nơi đức Thế Tôn và chư tỳ kheo đang tĩnh tọa, tất cả đều đảnh lễ đức Thế Tôn, xong rồi đứng qua một bên.

Ông Thuần Đà quỳ gối, chắp tay thưa thỉnh:

Bạch đức Thế Tôn: Người đời chúng con chỉ lo làm giàu, chất chứa vàng bạc cho đầy kho, càng nhiều càng tốt. Bo bo giữ của. Bủn xỉn keo kiệt. Không biết bố thí, làm phước. Đời sống tạp nhạp, không biết kính trên nhường dưới. Không biết quy kính Tam bảo, phát nguyện giữ gìn năm giới cấm.

Đến khi thân hoại mạng chung, cha mẹ, anh chị, em, vợ, chồng, bà con hai họ, khóc lóc thảm thiết. Khi nhập liệm, tiền bạc, áo quần, tư trang... được liệm theo cho thây chết. Thử hỏi có ích lợi gì cho người chết không?

Đức Thế Tôn gọi ông Thuần Đà và thính chúng hãy lắng nghe Ta thuyết giảng, khéo suy nghĩ và thực hành. Tất cả đều chấp tay lắng nghe Ngài.

Người đời có bốn ước mơ, nhưng không bao giờ được mãn nguyện. Vậy bốn ước mơ đó là gì?

Ước mơ thứ nhất: Người đời muốn nhà cửa cao sang, có người giúp việc. Tắm gội, trang điểm thật đẹp, mùi nước hoa nồng nàn. Ăn mặc hàng hiệu quý giá. Ăn uống cao lương mỹ vị, du lịch khắp nơi, tiêu xài phung phí... Nào ngờ bịnh tật chợt đến, tiền mất tật mang. Cuối cùng thân này vào nghĩa địa cô đơn lạnh lùng. Theo nghiệp dữ, nghiệp lành tái sanh.

Ước mơ thứ hai: Người đời ước mơ tiền kho bạc, đợi mọi người kính nể, lấy làm hãnh diện. Đến khi nhà tan cửa mất, tiền bạc không còn. Chức vụ "thứ dân"... thân bại danh liệt. Khi ấy, bịnh tật ập đến, cái chết không xa. Cuối cùng, thân này vào nghĩa địa cô đơn lạnh lùng. Theo nghiệp dữ, nghiệp lành tái sanh.

Ước mơ thứ ba: Cha mẹ, anh chị em, vợ chồng, con cháu, nội ngoại hai bên, đều là người có ăn, có học, bằng cấp đủ loại. Nào là bác sĩ, dược sĩ, kỹ sư, giám đốc, thống đốc... nhưng khi bịnh tật thình lình phát sanh, chữa trị không kịp, ngày mai trở thành người "thiên cổ". Bằng cấp, chức vụ không thể nào cứu được mạng sống. Cha mẹ, chú bác, bạn bè, vợ con... khóc lóc, ưu sầu, tiễn đưa ra nghĩa địa, ngàn thu vĩnh biệt.

Chừng vài tuần sau, tiệc tùng, ca hát, ăn nhậu, thỏa thích, còn mấy ai còn nhớ đến mình. Nghĩa địa cô đơn, lạnh lùng, hoa hương, tàn rụi... một mình quạnh hiu. Tùy theo nghiệp lành, nghiệp dữ tái sanh.

Ước mơ thứ tư: Ý tưởng người này, mọi người ít chấp nhận. Vì người này phóng tâm buông ý lao vào vui ngũ dục. Đã vậy, mà còn hám danh, hám lợi, ganh ghét, thù hằn, giận dữ, giành giựt, tranh đấu, không tin thiện ác, không tin nhân quả.

Đến khi thân hoại mạng chung, quỷ thần còn nguyền rủa: Mày chết đi cho rồi. Chúng ta nên nhớ rằng: Ba nghiệp (thân nghiệp, khẩu nghiệp, và ý nghiệp) luôn bám sát ta, không bao giờ xa lìa. Ví như đôi cánh của loài chim.

Lúc còn sống, làm việc gì cũng tà tâm, ác ý, phóng từng buông lung như: sát sanh sinh vật không thương tiếc. Gian tham, trộm cướp không xót xa. Lao vào ngũ dục, chửi bới, mắng nhiếc, nói lời thô tục, chuyện có nói không, chuyện không nói có, chè chén say sưa, mất hết lý trí.

Khi thân hoại mạng chung, chắc chắn đọa vào địa ngục A tỳ. Khi ra khỏi địa ngục phải đầu thai làm loài ngạ quỷ, súc sanh... chịu khổ vô cùng.

Bấy giờ, đức Thế Tôn gọi ông Thuần Đà và thính chúng hãy lắng nghe Ta giảng dạy:

Các người hãy thâm tín Tam bảo, phát nguyện giữ gìn năm giới cấm, thâm tín nhân quả... ngoài ra phải biết bố thí... tu tập theo Đạo giải thoát.

Các người hãy quán sát thật sâu: Thân này do ngũ uẩn tạo nên, không phải là Ta, cũng không phải của Ta, cũng không phải bản thể của Ta.

Cha mẹ, anh chị em, vợ chồng, con cái, còn duyên thì sống chung, hết duyên thì chia tay.

Nhà cửa, tiền bạc, chức vụ cao sang, ngựa xe... không phải của Ta. Hãy quán sát: Già – Bịnh – Chết chắc chắn sẽ đến và đến bất ngờ. Khi xả báo thân này, không mang theo được cái gì cả, mà chỉ có ba nghiệp bám sát ta thôi.

Do vậy, người có trí tuệ luôn luôn tu tập theo Đạo Giải Thoát. Khi ba nghiệp thanh tịnh. Sanh – Già – Bịnh – Chết không còn bám sát theo ta nữa.

Đức Thế Tôn thuyết giảng xong, ông Thuần Đà và thính chúng rất hoan hỷ, đảnh lễ đức Thế Tôn rồi ra về.

Đại Bảo Trang Nghiêm

Chú thích:
Đại tạng 17, Mã số: 735, Trang 536b

ĐỨC THẾ TÔN DẠY: BỐN PHÁP TU TẬP CỦA CÁC VỊ BỒ TÁT

Con nghe như vầy: Một thời đức Thế Tôn đang ở nước Xá Vệ, trong tinh xá của ông Cấp Cô Độc và rừng cây của thái tử Kỳ Đà, cùng với một ngàn hai trăm năm mươi vị Tỳ Kheo. Bấy giờ, đức Thế Tôn bảo các Tỳ Kheo: Các thầy đã được vô lượng lợi lạc tốt đẹp, nay các thầy nên cầu Vô thượng đại bồ đề. Tại sao vậy?

Vì vô thượng đại bồ đề, trong ba cõi và ngoài ba cõi không có gì hơn. Vì vậy, ngay bây giờ hay các thế hệ mai sau ai muốn đạt được vô thượng đại bồ đề phải tu tập theo bốn pháp sau đây.

Hãy phát tâm Đại bồ đề cho dù mất mạng, không bao giờ thối lui.

Hãy gần gũi bậc thầy hiền bạn lành cho dù mất thân mạng, không bao giờ rời bỏ.

Hãy cố gắng tu tập hạnh nhẫn nhục, mềm mỏng cho dù mất thân

mạng, không bao giờ nổi lên giận hờn.

Hãy ở chỗ thanh tịnh, nhẹ nhàng cho dù mất thân mạng không bao giờ ra đi.

Này các Tỳ kheo, đây là bốn pháp cần tu học và thực tập thường xuyên.

Bấy giờ đức Thế Tôn dùng bài kệ tóm tắt:

Ai muốn cầu Thánh quả

Hãy phát tâm Bồ đề

Siêng năng dốc lòng tu

Nương theo bậc tri thức

Phật khen hạnh nhẫn nhục

Có sức mạnh tuyệt vời

Nơi thanh tịnh Thánh ở

Không sợ như Sư tử.

Đức Thế Tôn nói xong bài kệ, Ngài còn dạy thêm: bậc Đại bi, Đại trí còn thường xuyên tu tập theo bốn phương pháp này. Chắc chắn thoát khỏi: Sanh – Già – Bịnh – Chết – Ra khỏi nhà lửa – Cắt đứt lưới nghiệp – Thành bậc Chánh giác – Niết bàn vắng lặng.

Chư Tỳ Kheo nghe xong, lòng dạ vui mừng, y giáo phụng hành, đảnh lễ lui ra.

Đại Bảo Trang Nghiêm

Chú thích:

Đại tạng 17: N. 772. Trang 708

Người dịch từ Phạn sang Hán: Đại Đường Thiên Trúc Tam Tạng: Địa Bà Ha La.

ĐỨC THẾ TÔN DẠY: THẬM THÂM ĐẠI HỒI HƯỚNG KINH

Con nghe như vầy, một thời đức Thế Tôn đang ở nước Xá Vệ, trong tinh xá của ông Cấp Cô Độc và rừng cây của thái tử Kỳ Đà, cùng với đại chúng Tỳ Kheo và tám ngàn người tham dự.

Trong hội chúng có một vị Bồ tát tên Minh Thiện, từ chỗ ngồi đứng dậy, bày vai phải, gối bên phải quỳ sát đất, cung kính chắp tay trước đức Thế Tôn và bạch rằng: Con có câu hỏi, mong Ngài thương tưởng phân biệt và giải thích cho.

Bấy giờ, đức Thế Tôn bảo Bồ tát Minh Thiện: Ông có điều gì chưa hiểu thì cứ hỏi, Như Lai sẽ theo câu hỏi của ông mà giải thích.

Bồ tát Minh Thiện bạch Phật: Tại sao có Bồ tát ít tu thiện mà được quả báo to lớn, nhiều công đức, nhiều phước báo vô lượng vô biên?

Đức Thế Tôn bảo Bồ tát Minh Thiện: Lành thay! Lành thay! Ông ở trước mặt đức Tôn, hỏi câu hỏi thật hay như vậy.

Nay ta nói cho ông biết: Nhiều đời nhiều kiếp trong quá khứ, ông đã cúng dường, gieo trồng nhiều công đức, gần gũi các bậc thiện tri thức. Vì lợi ích chúng sanh, phát tâm hỏi những câu hỏi thâm sâu về giáo nghĩa. Này! Minh Thiện, hãy lắng nghe và khéo suy nghĩ. Minh Thiện bạch Phật: bạch đức Thế Tôn, con lắng lòng lắng nghe, mong đức Thế Tôn chỉ dạy.

Đức Thế Tôn bảo Minh Thiện: Các vị đại bồ tát trong thời quá khứ, hiện tại cũng như tương lai trước chư Phật đã phát nguyện:

- *Làm lớn mạnh lòng thương xót chúng sanh nơi Thân.*
- *Làm lớn mạnh lòng yêu quý chúng sanh nơi Miệng.*
- *Làm lớn mạnh lòng kính mến chúng sanh nơi Ý.*

Một lòng tưởng nhớ công đức vô biên của mười phương chư Phật.

Này lại nữa Minh Thiện, các vị đại bồ tát phải thường xuyên đến nơi thờ chư Phật, gối bên phải sát đất thành kính đảnh lễ, cúng dường hương hoa quả phẩm, sau đó đi kinh hành bên phải. Không những thế, mà còn tràng phan, bảo cái, phan lọng, âm nhạc tán thán mười phương chư Phật với tấm lòng kính trọng hoan hỷ.

Đức Thế Tôn bảo Minh Thiện, tại sao các vị đại Bồ tát trong thời quá khứ, hiện tại, cũng như tương lai trước chư Phật đã phát nguyện:

- *Làm lớn mạnh lòng thương xót chúng sanh nơi Thân.*
- *Làm lớn mạnh lòng yêu quý chúng sanh nơi Miệng.*
- *Làm lớn mạnh lòng kính mến chúng sanh nơi Ý.*

Một lòng tưởng nhớ công đức vô biên của mười phương chư

Phật.

Vì chư đại bồ tát luôn nhớ rằng:

Như Lai là bậc Kiên cố.

Như Lai là bậc Vô thượng

Như Lai là bậc Tối thắng

Như Lai như sư tử chúa oai phong, không biết run sợ.

Không những vậy mà còn:

Như Lai là bậc tự độ, độ tha

Như Lai là bậc tự an, an tha

Như Lai là bậc tự diệt, diệt tha.

Không những vậy mà còn:

Thuyết giảng Tứ đế hướng dẫn chúng sanh.

Tâm không dua nịnh, quanh co, tranh chấp.

Giới hạnh nghiêm minh.

Trí tuệ vô song, biện tài vô ngại.

Đoạn trừ phiền não, chứng nhập Niết bàn.

Với các pháp thì vô quái ngại.

Nên chúng ta một lòng tưởng nhớ công đức vô biên của mười phương chư Phật.

Gối phải quỳ sát đất, dâng hương hoa, cùng tràng phan bảo cái và âm nhạc cúng dường. Đó là Bồ tát làm lớn mạnh lòng Từ nơi Thân.

Dùng ngôn ngữ hoa mỹ ca tụng và văn hay chữ tốt tán thán công đức vô lượng vô biên của mười phương chư Phật. Đó là Bồ tát làm lớn mạnh lòng Từ nơi Khẩu.

Nhân có căn lành của Thân và Khẩu do luôn luôn nhớ đến công

đức của mười phương chư Phật và cung kính hết lòng. Đó là Bồ tát làm lớn mạnh lòng Từ nơi Ý.

Này Minh Thiện! Các vị đại bồ tát trong thời quá khứ, hiện tại và tương lai trước chư Phật đã phát nguyện làm cho lớn mạnh lòng Từ nơi Thân, Khẩu, Ý và tinh tấn tu tập chánh niệm.

Này Minh Thiện! Các vị đại bồ tát trong thời quá khứ, hiện tại và tương lai trước chư Phật đã phát nguyện làm cho lớn mạnh lòng Từ nơi Thân, Khẩu, Ý là luôn luôn nghĩ đến nỗi khổ của muôn loài chúng sanh.

Này Minh Thiện! Tại sao các vị đại bồ tát đối với chúng sanh ba đời: quá khứ, hiện tại và tương lai phát nguyện làm lớn mạnh lòng Từ nơi Thân, Khẩu, Ý.

Như thế này, này Minh Thiện! Các vị đại bồ tát không bao giờ giết hại chúng sanh. Không bao giờ gian tham trộm cướp tài sản chúng sanh. Không bao giờ tà dâm. Không bao giờ nói dối. Không bao giờ nói thêm bớt. Không bao giờ nói hai lưỡi. Không bao giờ mắng nhiếc, chửi rủa. Không bao giờ tham dục. Không bao giờ sân hận. Không bao giờ có nhận thức sai lệch.

Tại sao các vị đại bồ tát không bao giờ:
Giết hại chúng sanh:
Vì các Ngài đã có lòng đại từ, đại bi thương xót chúng sanh. Có lòng xấu hổ, cảm thương nên đã từ bỏ đao, kiếm, gậy gộc.

Gian tham trộm cướp:
Vì các Ngài đã từ bỏ đua đòi, sống nơi an tịnh thanh bình, chỉ có ba y và một bình bát.

Tà dâm:

Bất cứ người nữ nào cũng có cha mẹ hay anh chị em bảo hộ, hay khi thấy cành hoa đẹp cũng không khởi lòng dục.

Nói dối:

Cho dù ở nơi hẻo lánh, nơi thôn xóm hay tại cung đình, chuyện gì có nói có, chuyện gì không nói không. Thà chết hay tù tội chứ không bao giờ nói dối.

Nói thêm bớt:

Điều gì như nó xảy ra thì nói như vậy, không vì lợi ích cá nhân mà lời nói với tâm nghĩ khác xa.

Nói hai lưỡi:

Không bao giờ đến người này nói xấu người kia hay ngược lại, với mục đích gây sự đổ vỡ hay bất hòa giữa hai gia đình hay nhóm nọ nhóm kia.

Mắng nhiếc, chửi rủa:

Không bao giờ mắng nhiếc, chửi rủa, miệt thị bất cứ ai, hay dùng những ngôn từ tục tĩu, khó nghe.

Không tham là sao?

Thấy tài sản của người khác không khởi tâm chiếm đoạt, ham muốn. Nếu thấy ai đó đến chiếm đoạt hay cướp giựt thì khinh khi, chê trách.

Không sân si là sao?

Đã dứt sạch lòng phẫn nộ, luôn luôn khởi đại từ đại bi thương xót và giúp đỡ chúng sanh được an lạc. Bao giờ cũng thực hiện phong cách cao thượng tốt đẹp để cảm hóa chúng sanh.

Không tà kiến là sao?

Tin có nhân, có quả, có đời này, có đời sau, có cha, có mẹ, có anh, chị em. Có khổ, có sướng, có thiện, có ác, có phước của bố thí, có nghiệp quả của sát sanh, trộm cướp. Có các bậc A la hán, có các bậc đã chứng Thánh quả, nên sanh đã tận, phạm hạnh đã thành, không còn tái sanh trong cõi đời này nữa.

Đức Thế Tôn dạy: Này Minh Thiện, nên biết rằng: Bất cứ ai không sát sanh, không gian tham trộm cướp và không tà hạnh. Đây chính là Bồ tát tu tập lòng Từ nơi Thân

Bất cứ ai, không nói láo, không nói thêm bớt, không nói hai lưỡi và không nói lời độc ác. Đây chính là Bồ tát tu tập lòng Từ nơi Miệng.

Bất cứ ai, không tham lam, không sân si, không tà kiến. Đây chính là Bồ tát tu tập lòng Từ nơi Ý.

Ba nghiệp: Thân, Khẩu, Ý được nuôi dưỡng và làm lớn mạnh bởi lòng thương yêu và giúp đỡ. Đây chính là Bồ tát thương tưởng và cứu giúp cho chúng sanh không điều kiện.

Đức Thế Tôn dạy: Này Minh Thiện! Các vị đại Bồ tát trong thời quá khứ, hiện tại cũng như tương lai trước chư Phật đã phát nguyện:

- *Làm lớn mạnh lòng thương xót chúng sanh nơi Thân*
- *Làm lớn mạnh lòng thương xót chúng sanh nơi Miệng*
- *Làm lớn mạnh lòng thương xót chúng sanh nơi Ý*

Và cũng trong ba thời gian, quá khứ, hiện tại và tương lai đối với tất cả chúng sanh các vị đại Bồ tát cũng phát nguyện làm lớn mạnh lòng thương tưởng và cứu giúp chúng sanh qua Thân – Khẩu – Ý. Có bao nhiêu công đức, phước báo đều hồi hướng cho tất cả chúng sanh đồng đắc A nậu đa la tam miệu tam bồ đề.

Đức Thế Tôn dạy: Này Minh Thiện! Các vị đại bồ tát hồi hướng cho pháp giới chúng sanh đồng hàm triêm lợi lạc. Do vậy nên các vị đại bồ tát có được công đức, phước báo vô lượng vô biên.

Đức Thế Tôn dạy: Này Minh Thiện! Khi các vị đại bồ tát này thành tựu vô lượng vô biên công đức. Rồi đem công đức này hồi hướng cho Vô lượng Trí Tuệ, và đồng thời cũng hồi hướng cho tất cả chúng sanh một thời đồng chứng A nậu đa la tam miệu tam bồ đề.

Công đức này có ba thứ và có ba thứ hồi hướng

Quá khứ - Hiện tại – Tương lai đều Không

Không có hồi hướng cũng gọi Không hồi hướng Pháp, cũng gọi Không hồi hướng Xứ, các vị đại bồ tát đều hồi hướng như vậy. Khi hồi hướng như vậy, ba nơi thanh tịnh. Đem công đức thanh tịnh này cùng tất cả chúng sanh cùng chứng A nậu đa la tam miệu tam bồ đề.

Cách thức hồi hướng này không có phàm phu cũng không có phàm phu pháp. Cũng không có người tin, pháp tin. Không có người Chứng Tu đà hoàn hướng, Tu đà hoàn quả... A la hán hướng, A la hán quả, Bích chi Phật hướng, Bích chi Phật quả. Cũng không Phật đà hướng, Phật đà quả. Tại sao vậy? Vị Pháp tánh không duyên, không sanh, không diệt, không có chỗ trụ.

Các vị đại bồ tát dùng ba cách hồi hướng và được ba thứ công đức thanh tịnh. Các Ngài cùng tất cả chúng sanh đồng hồi hướng A nậu đa la tam miệu tam bồ để. Đó là phương pháp hồi hướng của các vị đại bồ tát.

Chúng con nguyện đời đời kiếp kiếp sanh ra nơi nào cũng được gặp chư Phật, được nghe giáo pháp thậm thâm vi diệu, được đảnh lễ cúng dường Hiền Thánh Tăng. Tu tập thanh tịnh, thành tựu đa văn, thành tựu đại trí tuệ... và luôn luôn không rời bỏ bất cứ chúng sanh nào. Đồng nguyện vãng sanh về cõi Tịnh Độ của đức Phật A Di Đà. Từ cõi Tịnh Độ đến vô số cõi của mười phương Chư Phật để cúng dường nghe pháp, theo pháp mà tu tập thành tựu không thể nghĩ bàn.

Bấy giờ Thích đế hoàn nhơn bạch Phật: Bạch đức Thế Tôn, như chỗ con hiểu lời đức Thế Tôn dạy: Phải biết, đây là Đại công đức, vô lượng công đức, vô biên công đức. Đức Thế Tôn dạy: Này Kiểu Thi Ca! Đây là pháp rốt ráo thanh tịnh. Đây là Kinh: Đại Hồi Hướng cũng gọi Thậm Thâm Pháp Tánh Hồi Hướng, như thế mà phụng trì.

Đức Thế Tôn dạy: Này Kiểu Thi Ca! Nếu có thiện nam, tín nữ nào học tập theo cách hồi hướng này, nên biết vị đó đã được "Vô Sở Tùng Sanh Pháp Nhẫn" độ được những người khó độ, làm cho tất cả pháp giới chúng sanh bình an lợi lạc.

Đức Thế Tôn thuyết giảng xong, chư tỳ kheo, Thích đế hoàn nhơn, thính chúng, A tu la... hoan hỷ đảnh lễ đức Thế Tôn rồi lui ra và nguyện phụng hành.

Đại Bảo Trang Nghiêm

Ngày vía đức Phật Dược Sư – 2020

ĐỨC THẾ TÔN DẠY:
TẤN HỌC KINH

Con nghe như vầy, một thời đức Thế Tôn đang ở nước Xá Vệ, trong tinh xá của ông Cấp Cô Độc và rừng cây của thái tử Kỳ Đà, cùng với một ngàn hai trăm năm mươi vị Tỳ kheo.

Bấy giờ, đức Thế Tôn bảo các Tỳ kheo: Có bốn đức tính cao quý mà:

Người trí chấp nhận để tu tập

Người đạo đức lấy đó làm phương châm trong cuộc sống

Người có công danh sự nghiệp luôn luôn ca tụng.

Thế nhưng, kẻ ngu si, bất tài lại thấy không vui thích

Bốn đức tính cao quý đó như thế nào?

Hiếu thuận với cha mẹ:

Lo chăm sóc cho cha mẹ khi bệnh tật, ốm đau, già yếu, biết kính trên nhường dưới, thuận thảo với anh, chị, em.

Nuôi dưỡng lòng yêu thương:

Không làm bất cứ điều gì thất nhân, ác đức như đánh đập, đâm chém hay làm tổn thương sanh mạng của người và vật. Hãy mở rộng tấm lòng, làm phước, giúp đỡ:

Gặp những ai thiếu may mắn trong cuộc sống, hãy cho và giúp không điều kiện. không phân biệt...

Gặp được Thánh Tăng, bậc Thầy giải thoát:

Giúp cho ta có đời sống cao thượng thanh thoát. Dạy cho ta đạo lý làm người... nhờ vậy mà ta thoát khỏi: Sanh – Lão – Bịnh – Tử.

Bấy giờ đức Thế Tôn dùng thi kệ tóm tắt:

Người trí trọng hiếu

Người bi giúp đỡ

Bố thí mọi người

Vượt tục an nhiên

Chánh nghiệp hoàn hảo

Các con gắng tu

Thánh nhân vào đời

Hận thù khép lại

Đức Thế Tôn bảo chư Tỳ kheo có 2 pháp nữa:

Ở nơi thong thả mà u tối

Ở nơi có đại chúng siêng năng tu tập

Ở nơi vắng vẻ, thanh tịnh, hiền thánh tu tập

Ở nơi nhộn nhịp, kẻ lui người tới, thảo luận giáo nghĩa

Thực thí: ăn uống đậm đà, nuôi dưỡng thân này: mập to, ú béo.

Pháp thí: Giáo pháp vi diệu, nuôi dưỡng tâm linh: an vui, giải thoát.

Này các Tỳ kheo, pháp thí lợi ích vô cùng: xóa sạch phiền não, đóng cửa tam đồ, lục đạo trống không, sanh lão bệnh tử, mầm mống khổ đau, khô héo gốc rễ. Do vậy, Phật pháp xương minh, chúng sanh an lạc.

Đức Thế Tôn thuyết giảng xong, chư Tỳ kheo hoan hỷ làm theo, đảnh lễ đức Thế Tôn rồi lui ra.

Đại Bảo Trang Nghiêm

Chú thích:
Đại tạng 17. Trang 744b
Người dịch từ chữ Phạn ra chữ Hán:
Đời Tống – Cư sĩ Tự Cự Lương Thanh

ĐỨC THẾ TÔN DẠY: BÁC NÔNG DÂN GIẢI ĐÃI

Con nghe như vầy, một thời đức Thế Tôn đang trú tại Trúc Lâm tịnh xá, nước Ma Kiệt Đà, cùng đại chúng tỳ kheo một ngàn hai trăm năm mươi vị Tỳ kheo và các vị Bồ tát.

Bấy giờ, đức Thế Tôn từ Ma Kiệt Đà muốn đi về nước Xá vệ.

Chư Bồ tát đi trước, kế đến Thích phạm, họ mặc đồ lộng lẫy như Tứ đại thiên vương. Kế đến là đức Thế Tôn, sau cùng là chúng Tỳ kheo. Chư thiên, long thiên từ trên cao cúng dường bằng cách rải hoa.

Đoàn đi ra khỏi thành không bao xa, thấy bác nông dân đang cày ruộng để gieo trồng hoa mẩu.

Từ xa bác nông dân thấy đức Thế Tôn và đại chúng tỳ kheo đi rất oai nghiêm, thong thả, an nhiên, thù thắng. Sắc diện của đức Thế Tôn cũng như đại chúng tỳ kheo rực rỡ, nhan sắc tuyệt vời, đẹp đẽ chẳng khác nào trăng sao tỏa sáng trên bầu trời về đêm. Ba mươi hai tướng tốt của đức Thế Tôn càng lúc càng rõ nét, đẹp lạ thường.

Bác nông dân thấy vậy lòng rất hoan hỷ muốn đến đảnh lễ đức Thế Tôn và đại chúng tỳ kheo, sau đó nghe được những lời giảng dạy của Ngài. Ở đời dễ gì mà đủ duyên như thế này. Nhưng trong khoảnh khắc, bác nông dân đổi ý như vầy: ruộng cày chưa xong, hạt giống chưa gieo, từ từ làm xong rồi đến đảnh lễ đức Thế Tôn và đại chúng tỳ kheo sau cũng được.

Với tha tâm thông, đức Thế Tôn biết được lòng giải đãi của bác nông dân đó, bèn cười. Ngài phóng ra năm sắc hào quang, và từ miệng phóng ra hào quang chiếu khắp mười phương pháp giới, an ổn năm đạo.

Chúng sanh ở những chốn này nương theo hào quang đến chỗ đức Thế Tôn cư ngụ. Bấy giờ ở địa ngục ngưng hoạt động, ngạ quỷ được thức ăn nước uống đầy đủ. Súc sanh phát lòng lành cầu độ. Chư thiên long thần đến nghe pháp.

Bấy giờ, tôn giả A nan muốn hiểu bảy điều ứng hiện ý nghĩa như thế nào, bèn cùng đại chúng tỳ kheo đến đảnh lễ đức Thế Tôn. Đến nơi, tất cả đồng quỳ và chắp tay bạch Phật. Bạch đức Thế Tôn, nhân duyên gì mà Ngài mỉm cười, chắc chắn có ý nghĩa gì đó, chúng con muốn nghe. Đức Thế Tôn bảo tôn giả A nan và đại chúng tỳ kheo: Các ông có thấy bác nông dân này không? Tôn giả A nan và đại chúng tỳ kheo đồng bạch: Bạch Thế Tôn chúng con đã thấy. Ngài dạy tiếp: Người nông dân này từ thời đức Thế Tôn Duy Vệ, đến nay đã trải qua chín mươi mốt kiếp rồi. Vẫn làm nông dân cày sâu cuốc bẩm gieo trồng hoa màu. Mỗi khi thấy Phật thường sanh tâm giải đãi, hẹn rày hẹn mai, không chịu đến đảnh lễ nghe pháp. Chỉ lo gieo trồng mầm mống sanh tử luân hồi. Không biết rằng Tam bảo là ruộng phước để gieo hạt an vui giải thoát.

Đã trải qua sáu đời đức Thế Tôn mà chẳng được gì. Nay được gặp Ta, phải phát lòng thành, sám hối nghiệp chướng, tu nhân tích đức, chuyển đổi cuộc sống. Nếu còn biếng nhác, không phụng sự Tam bảo, thử hỏi làm sao thoát khỏi: Sanh – Già – Bịnh – Chết.

Từ xa, bác nông dân nghe được lời dạy của đức Thế Tôn, bèn buông bỏ tất cả đến với đức Thế Tôn. Đến nơi bác nông dân lạy sát chân Phật, sám hối, tự trách. Vì ngu si mê mờ nên tội chồng thêm tội. Do vậy, nghiệp chướng, báo chướng sâu dày. Con nay nguyện sửa đổi, tu tập thiện pháp, quyết chí giải thoát: Sanh – Già – Bịnh – Chết.

Đức Thế Tôn dạy: Hay thay! Hay thay! Ai thấy được Pháp, ai tu tập theo Pháp, chắc chắn không hoang phế đời người.

Đức Thế Tôn đã giảng giải sự lười biếng, bận bịu mưu sinh trong cuộc sống, chạy theo danh lợi, chểnh mảng tu tập, sau ăn năn không kịp.

Hãy dũng mãnh lên, quyết chí, hoan hỷ, phát nguyện trên cầu chứng đắc A nậu đa la tam miệu tam bồ đề, dưới hóa độ chúng sanh.

Đức Thế Tôn thuyết giảng xong, tôn giả A nan và đại chúng tỳ kheo cùng chư Thiên, Long thần đảnh lễ đức Thế Tôn rồi lui ra.

Đại Bảo Trang Nghiêm

Chú thích:

Đại tạng 17. N. 827. Trang 870b

Người dịch từ Phạn sang Hán

Tống: Sa môn Huệ Giảng dịch

ĐỨC THẾ TÔN DẠY: CÁC PHÁP THƯỜNG TRÚ

Con nghe như vầy, một thời đức Thế Tôn trên đường đến nước Xá Vệ, vào vườn của ông Cấp Cô Độc, rừng cây của thái tử Kỳ Đà. Đức Thế Tôn gọi các vị Tỳ Kheo và dạy rằng: Các Pháp Thường Trú.

Các pháp là như vậy; cho dù có đức Thế Tôn ra đời hay không ra đời. Ngài là bậc Chánh đẳng Chánh giác, xuất hiện ra đời với mục đích cao cả và thiêng liêng, tuyên bày, phân tích, lý giải ý nghĩa sâu xa các pháp bằng Tuệ Giác.

Bài pháp đầu tiên tại Vườn Nai là Tứ Diệu Đế. Ngài trình bày như sau:

Khổ Đế:

Sanh – Già – Bịnh – Chết là khổ.

Ái biệt ly – Oán tăng hội – Cầu bất đắc... là khổ

Tóm tắc: Có ngũ ấm thân là khổ.

Tập Đế:
Tham – Sân – Si... .là nguyên nhân chính.

Sáu căn – Sáu trần – Sáu thức tác động lẫn nhau. Do nhân duyên này mà sanh ra Sáu buồn phiền.

Diệt Đế:
Có bốn ngôi vị:
1. *A La Hán*
2. *Duyên Giác*
3. *Bồ tát*
4. *Vô thượng Chánh Đẳng Chánh Giác*

Đạo Đế:
Hộ thân, khẩu, ý không gì hơn Tu tập Thập Thiện

Quán sát mười hai duyên khởi

Tu tập lục độ với Tứ Vô Lượng Tâm

Bất thối chuyển, đường thành bậc Chánh Đẳng Chánh Giác.

Độ khắp mười phương, nên có danh hiệu Phật Đà.

Không còn phân biệt: Tôi – Anh, Chủ - Tớ. Đây – Kia, Thiện – Ác, Quá khứ - Tương Lai.

Cũng như những dòng sông đục – trong, sạch – dơ, dài – ngắn... đều chảy về Biển cả, khi chưa vào Đại dương đều có tên riêng, đặc tánh riêng. Nhưng khi vào Biển Cả Đại Bi chỉ có Pháp Thân – Pháp Tánh. Vô minh cầu bẩn đều thanh tịnh. Phiền não là bồ đề.

Khi Thế Tôn thuyết giảng xong, đại chúng Tỳ kheo các lậu đoạn sạch, chư vị Bồ tát chứng vô sanh pháp nhẫn. Tất cả đại chúng kính cẩn đảnh lễ đức Thế Tôn, vui vẻ, tin theo và lui ra.

Đại Bảo Trang Nghiêm

Chú thích:
Đại tạng 17, N. 819. Trang 833c

ĐỨC THẾ TÔN DẠY: BỐN VÔ SỞ UÝ KINH

Con nghe như vầy: Một thời đức Thế Tôn đang ở nước Xá Vệ, trong tinh xá của ông Cấp Cô Độc và rừng cây của thái tử Kỳ Đà.

Bấy giờ, đức Thế Tôn bảo các Tỳ Kheo: Các thầy lắng nghe: Đức Như Lai, bậc Ứng cúng, Chánh đẳng Chánh giác, thành tựu: Bốn Vô Sở Úy, ở trong đại chúng: Chuyển Đại Pháp Luân, như Sư tử hống, tự tại không lo sợ gì.

Các vị tỳ kheo nghe xong, năm vóc gieo xuống đất đảnh lễ đức Thế Tôn, và bạch: Bạch đức Thế Tôn, nguyên nhân nào mà đức Thế Tôn được Bốn Vô Sở Úy như vậy?

Đức Thế Tôn dạy các vị tỳ kheo, Ta ở nhiều đời về trước, ở trong đại chúng, Ta bảo như thế này: Như Lai thành tựu bậc Ứng cúng, chánh đẳng chánh giác, sau khi nói như vậy, thì Sa môn, Bà la môn, Phạm vương, Trời, Người đều kinh ngạc và nói như vầy:

Không nương vào giáo pháp nào, vị giáo chủ nào để tu học mà thành bậc Chánh đẳng Chánh giác, việc này chưa từng nghe cũng chưa từng thấy như thế này.

Bấy giờ đức Thế Tôn ở trong đại chúng không sợ sệt, không buồn phiền. Tâm an lạc vì đang trụ vào Vô Sở Úy.

Đức Thế Tôn lại bảo: Thân Ta thanh tịnh, các lậu đã đoạn sạch. Sau khi đức Thế Tôn bảo như vậy, Sa môn, Bà la môn, Phạm vương, Ma vương, Trời, Người đều kinh ngạc và nói như vầy: Không nương vào giáo pháp nào, vị giáo chủ nào để tu học mà thành bậc Chánh đẳng Chánh giác, việc này chưa từng nghe, cũng chưa từng thấy như thế này.

Bấy giờ đức Thế Tôn ở trong đại chúng không sợ sệt. Không buồn phiền. Tâm an lạc vì đang trụ vào Vô Sở Úy. Và nói như vầy: Tạp nhiễm làm chướng ngại Thánh đạo nay đã diệt sạch. Thánh đạo tự hiện. Khi đức Thế Tôn nói như vậy, Sa môn, Bà la môn, Phạm vương, Ma vương, Trời, Người đều kinh ngạc và nói như vầy: Không nương vào giáo pháp nào... việc này chưa từng nghe cũng chưa từng thấy như thế này.

Bấy giờ đức Thế Tôn ở trong đại chúng không sợ sệt, không buồn phiền. Tâm an lạc vì đang trụ vào Vô Sở Úy.

Đức Thế Tôn lại bảo: Ta tập theo Giới, Định, Tuệ..v.v... chắc chắn thoát khỏi cái khổ của: Sanh, Già, Bịnh, Chết. Sau khi đức Thế Tôn bảo như vầy, Sa môn, Bà la môn, Phạm vương, Ma vương, Trời, Người đều kinh ngạc và nói như vầy: Không nương tựa vào giáo pháp nào để tu học... việc này chưa từng nghe, cũng chưa từng thấy như thế này.

Bấy giờ đức Thế Tôn ở trong đại chúng không sợ sệt, không buồn phiền. Tâm an lạc vì đang trụ vào Vô Sở Úy.

Đức Thế Tôn bảo các Tỳ Kheo, đây là lúc đức Thế Tôn đang chuyển Đại Pháp Luân: Bốn Vô Sở Úy, cũng gọi Vào trong đại chúng: Thành tựu đầy đủ: Bốn Vô Sở Úy.

Tại sao gọi là Bát? Khi xa xưa có một trú xứ có vô số chúng Sa môn, có người đang đứng, đi, nằm, ngồi, cùng nhau bàn thảo như vầy: Khi xưa đức Thế Tôn dạy: Pháp tướng như vầy như vầy, sâu xa, khó hiểu, chưa từng nghe, chưa từng thấy. Đâu là Thật, đâu là Hư, đâu là Phải, đâu là Trái.

Bấy giờ đức Thế Tôn đã nghe những ngôn từ của họ. Tâm Ngài không khiếp sợ, lông tóc không dựng đứng, tự tại vô úy. Sừng sững như núi Hy Mã Lạp không rung linh, không lay động.

Lại có vô số Bà la môn, Sát đế lợi, Cư sĩ, Tứ thiên vương, Đao lợi vương, Ma vương, Phạm thiên, Người, Tám chúng như vậy, có người đang đứng, đang đi, đang nằm, đang ngồi... cùng nhau bàn thảo như vầy:

Khi xưa đức Thế Tôn dạy: Pháp tướng như vầy như vầy, sâu xa, khó hiểu, chưa từng nghe, chưa từng thấy. Đâu là Thật, đâu là Hư, đâu là Phải, đâu là Trái.

Bấy giờ đức Thế Tôn đã nghe những ngôn từ của họ. Tâm Ngài không khiếp sợ, lông tóc không dựng đứng, tự tại Vô Úy. Sừng sững như núi Hy Mã Lạp không rung linh, không lay động.

Đức Thế Tôn dạy: Này các Tỳ Kheo: Đây gọi là Tám bộ đại chúng, cũng chứng đắc Vô Sở Úy, liền nói bài kệ:

Như Lai tự tại chuyển pháp luân
Xưa kia thành tựu Bốn Vô Úy

Trời Người, Ma Phạm và Sa môn
Nghe Phật thuyết pháp lòng do dự
Thân tâm không động được Vô Úy
Lợi lạc tất cả chúng hữu tình
Khiến phát tâm Bồ đề tột cùng
Cung kính tu hành đến bờ kia.

Bấy giờ chư vị Tỳ Kheo nghe đức Thế Tôn giảng dạy xong, lòng rất vui mừng, nguyện tin theo và thực hành. Cùng nhau đảnh lễ đức Thế Tôn rồi cùng lui ra.

Đại Bảo Trang Nghiêm

Ghi chú:
Đại tạng 17, N. 775, Trang: 711c

LY CẤU HUỆ BỒ TÁT SỞ VẤN LỄ PHẬT PHÁP KINH

Con nghe như vầy, một thời đức Thế Tôn đang ở Thất la Duyệt Thành, trong tinh xá của ông Cấp Cô Độc và rừng cây của thái tử Kỳ Đà, với đại chúng Tỳ kheo năm trăm vị, vô số chúng Bồ tát, Bà la môn, trưởng giả cùng nhau đến chỗ Phật.

Và Thiên, Long, Dạ xoa, Càn thát bà, A tu la, Ca lẩu la, Khẩn na la, Ma hầu la... đi nhiễu xung quanh đức Thế Tôn.

Bấy giờ, trong chúng hội có vị Đại bồ tát tên: Ly Cấu Tuệ, từ chỗ ngồi đứng dậy, bày vai phải, gối phải quỳ sát đất, cung kính chắp tay bạch Phật: Bạch Thế Tôn, con có một số vấn đề thưa thỉnh mong Thế Tôn dạy bảo, đức Thế Tôn dạy: Được, ông cứ hỏi, Ly Cấu Tuệ vui mừng khôn xiết.

Bạch Thế Tôn, nếu có thiện nam tử hay thiện nữ nhân nào đối với Tam bảo nên: Kính lạy, Cung kính, Cúng dường như thế nào? Đức Thế Tôn dạy: Lành thay! Lành thay! Ông có lòng thương xót, giúp đỡ, làm cho tất cả Trời người an lạc, hãy lắng nghe và suy nghĩ cho kỷ, Ta sẽ vì ông mà giảng dạy.

Nếu có thiện nam tử hay thiện nữ nhân nào muốn đến nơi thờ Phật để lễ bái, trước hết khuyên họ hãy phát nguyện như vầy:

Con nay, một lòng kính lễ mười phương chư Phật

Nguyện thấu hiểu cội nguồn thắng Pháp

Hết lòng kính trọng những bậc Thánh hiền Tăng

Vì muốn đoạn trừ Tam đồ, lục đạo

Lìa bỏ năm triền cái

Nguyện cho tất cả chúng sanh được an trú: Tâm Bồ để

Chứng được năm loại Mắt và Năm loại Thần thông

Nguyện khi đầu gối phải chấm đất. Khiến cho tất cả chúng sanh đồng chứng Chánh Giác

Nguyện khi đầu gối trái chấm đất. Khiến cho tất cả chúng sanh Không Khởi Tà Kiến và mong tất cả chúng sanh được an trú vào: Chánh Giác đạo

Nguyện khi tay phải chấm đất giống như đức Thế Tôn đang ngồi trên Kim Cang tòa

Nguyện khi các ngón tay phải chấm đất, đại địa chấn động, hiện các điểm lành. Chứng Đại Bồ Để, con cũng được như vậy và tất cả chúng sanh đồng chứng Đại Bồ Để

Nguyện khi tay trái chấm đất. Khiến các ngoại đạo khó điều phục, nay dùng Tứ nhiếp pháp cảm hóa dễ dàng, cải tà quy Chánh

Nguyện khi các ngón tay trái chấm đất. Bầu trời rực sáng, hiện các điềm lành. Chứng được Tuệ nhãn. Con và chúng sanh cũng được như vậy.

Nguyện khi đầu con chấm đất. Khiến cho tất cả chúng sanh bỏ tâm kiêu ngạo, rốt ráo thành tựu Vô Kiến Đảnh tướng

Trên đây là cách: "Ngũ Thể Đầu Địa"

Sau đây là cách xướng lễ hiện tại mười phương chư Phật.

Kính lạy đức A Súc Như Lai ở phương Đông và tất cả Như Lai ở khắp cả vô lượng thế giới. Các Đại pháp tạng và chư Bồ tát, Thanh văn, Duyên giác, tất cả Thánh hiền

Kính lạy đức Vô Lượng Thọ Như Lai ở phương Tây và tất cả Như Lai ở khắp cả vô lượng thế giới. Các đại Pháp tạng và chư Bồ tát, Thanh văn, Duyên giác, tất cả Thánh Hiền

Kính lạy đức Diệu Cổ Thinh Như Lai ở phương Bắc và tất cả Như Lai ở khắp cả vô lượng thế giới. Các đại Pháp tạng và chư Bồ tát, Thanh văn, Duyên giác, tất cả Thánh hiền.

Kính lạy đức Nhơn Đà La Kê Đô Tràng Vương Như Lai ở phương Đông Nam và tất cả Như Lai ở khắp cả vô lượng thế giới. Các đại Pháp tạng và chư Bồ tát, Thanh văn, Duyên giác, tất cả Thánh hiền

Kính lạy đức Bảo Du Bộ Như Lai ở phương Tây Nam và tất cả Như Lai ở khắp cả vô lượng thế giới. Các đại Pháp tạng và chư Bồ tát, Thanh văn, Duyên giác, tất cả Thánh hiền

Kính lạy đức Ta La Nhơn Đà La Vương Như Lai ở phương Tây Bắc và tất cả Như Lai ở khắc cả vô lượng thế giới. Các đại Pháp tạng và chư Bồ tát, Thanh văn, Duyên giác, tất cả Thánh hiền

Kính lạy đức Vô Lượng Tràng Vương Như Lai ở phương Đông Bắc và tất cả Như Lai ở khắp cả vô lượng thế giới, các đại Pháp tạng và chư Bồ tát, Thanh văn, Duyên giác, tất cả Thánh hiền

Kính lạy đức Trí Quang Như Lai ở phương Trên và tất cả Như Lai ở khắp cả vô lượng thế giới. Các đại Pháp tạng và chư Bồ tát, Thanh văn, Duyên giác, tất cả Thánh hiền

Kính lạy đức Tỳ Lô Giá Na Như Lai ở phương Dưới và tất cả Như Lai ở khắp cả vô lượng thế giới. Các đại Pháp tạng và chư Bồ tát, Thanh văn, Duyên giác, tất cả Thánh hiền

Kính lạy đức Ta Bà Thế Giới Bổn Sư Thích Ca Mâu Ni Như Lai và tất cả Như Lai ở khắp cả vô lượng thế giới. Các đại Pháp tạng và Nhập Địa Bồ tát ma ha tát, Thanh văn, Duyên giác, tất cả Thánh hiền. Lại bạch như vầy: Hôm nay chúng con phát nguyện đảnh lễ chư Phật. Đại Pháp và tất cả Thánh hiền như trên. Ngưỡng mong quý Ngài chứng minh cho các con. Kể từ ngày hôm nay cho đến ngày thành bậc Chánh Giác, chúng con nguyện đời đời kiếp kiếp luôn luôn quy y Tam bảo.

Đức Thế Tôn là đấng Cha lành đầy đủ các đức tính:
Đại Từ, Đại Bi, Đại Hỷ, Đại Xả, Đại Trí Tuệ. Là bậc Đại Trượng phu, bậc Long Tượng, bậc Đại Sư Tử, bậc Thầy ba cõi... đầy đủ Pháp thân, Hóa thân... Chúng con một lòng quy kính

Chúng con nguyện, dùng Thân, Khẩu, Ý thanh tịnh cùng với chúng sanh quy y Tam bảo, không bao giờ rời bỏ. Đây chính là con đường đưa đến an vui, giải thoát, Thường còn, vĩnh viễn, không thay đổi. Không Sanh, Không Già, Không Bịnh, Không Chết, Không Trụ, Không Duyên, Bản Tánh Vắng Lặng, trạm nhiên.

Bây Giờ Sám Hối

Kính lạy mười phương Tam Bảo thương xót chúng con. Từ vô thủy đến nay vì vô minh che lấp nên: Thân, Khẩu, Ý làm mười điều không tốt đẹp. Đã vậy, mà còn dạy bảo, chỉ vẽ cho bao nhiêu người khác làm mười điều không tốt đẹp nữa. Không những thế, khi thấy bất ai làm mười điều không tốt đẹp, đã không biết cản ngăn mà còn ca ngợi, khuyến khích, hoan hỷ nữa. Bị tà kiến, vô minh che lấp nên hết lòng ca tụng, vui mừng, để cao mười điều không tốt đẹp này.

Do vậy, chúng con một lòng xin sám hối. Sám hối vì tự tay con giết, hay sai khiến hay thuê người khác giết, hay thấy bất kỳ ai đó giết thì vui mừng theo. Không những thế, mà còn ca tụng. Khen thưởng sự giết hại chúng sanh, gian tham trộm cướp...

Nay chúng con, một lòng một dạ hết lòng xin Sám hối. Ngưỡng nguyện mười phương Tam bảo chứng minh lòng thành này của chúng con.

Từ đây về sau, một lòng kính trọng Phật bảo. Kính quý Pháp bảo và luôn luôn đảnh lễ Thánh hiền Tăng. Biết kính tin Sư trưởng, chăm sóc cha mẹ. Kính trên nhường dưới, biết đền ân đáp nghĩa, làm lành lánh dữ, thương xót, giúp đỡ kẻ khốn cùng, góp công, góp sức, góp tịnh tài làm phước, ăn chay, tu tập...

Khấn nguyện ba lần như vậy

Bấy Giờ Cung Thỉnh

Chúng con kính lạy mười phương chư Phật, chư đại Bồ tát, chư Hiền Thánh Tăng. Chúng con:

Cung thỉnh quý Ngài: chuyển vận bánh xe Chánh pháp. Để "đóng cửa" Tam đồ, lục đạo.

Cung thỉnh quý Ngài: Sống lâu ở cõi Ta bà. Để làm ruộng phước cho chúng sanh gieo trồng hạt giống Bồ đề

Cung thỉnh quý Ngài: Đừng vào Niết bàn sớm. Để cho chúng sanh có nơi quy ngưỡng và Tu Học

Cung thỉnh quý Ngài: Phân thân vô sở. Để chỉ dạy cho chúng sanh biết được: Tà, Chánh, Chơn, Ngụy, Đại, Tiểu, Thiên, Viên

Cung thỉnh quý Ngài: Hằng thuận chúng sanh. Để chỉ dạy cho chúng sanh biết: Khiêm cung, lễ độ. Biết kính trên, nhường dưới, thương yêu đùm bọc

Khấn nguyện ba lần như vầy.

Bây Giờ Hồi Hướng

Chúng con kính lạy mười phương chư Phật, chư đại Bồ tát, chư Hiền Thánh Tăng chứng minh.

Từ thuở xa xưa, khi quý Ngài bắt đầu học tập theo Phật đã phát thệ nguyện: cao cả, sâu xa, rộng lớn. Nay chúng con cũng nguyện như vậy.

Chúng con nguyện, không bao giờ đánh mất: Tâm Bồ Đề. Mong mỏi chúng sanh biết quay về và tu tập theo Tam bảo để thoát khỏi sông mê bể ái. Rồi quay lại sanh tử, chỗ có nhiều khổ đau mà hóa độ chúng sanh.

Có bao nhiêu công đức đều hồi hướng: Đạo Giác ngộ càng ngày càng rạng rỡ. Chánh pháp được giảng dạy mọi nơi và lúc nào cũng nghe thấy được... Chư Tăng thanh tịnh, hòa hợp, và luôn luôn hành Bồ tát hạnh.

Chúng sanh thoát khỏi: tam đồ, lục đạo và những nỗi khổ của:

Sanh Già, Bịnh, Chết. Mau chóng thành bậc Chánh Đẳng Chánh Giác. Trụ Như Lai Trí.

Ngưỡng nguyện mười phương Tam bảo chứng minh, chúng con nguyện luôn luôn hành Bồ Tát Đạo và nguyện tất cả chúng sanh chung vào Biển Cả Đại Bi của mười phương chư Phật.

Bấy giờ đức Thế Tôn tóm tắt bằng bài kệ:

Nguyện Ta sanh ra đâu
Hình hài theo nghiệp duyên
Luôn là bậc trượng phu
Các căn thật xinh đẹp

Thông thạo pháp thế gian
Học rộng lại hiểu sâu
Việc đời chẳng màng đến
Các dục bỏ từ lâu

Nói làm như chánh pháp
Tâm Bồ đề rực sáng
Kính quý người đạo đức
Ai thấy cũng mến thương
Giới luật rất nghiêm minh
Một đời được an lạc
Tránh xa việc xấu ác
Việc lành tiếng đồn xa

Tu tập theo Lục độ
Rốt ráo trụ Bồ đề
Thị hiện độ chúng sanh
Đem niềm vui giải thoát

Như viên ngọc Ma Ni
Tỏa sáng trong màn đêm
Ta nguyện vào sanh tử
Không bao giờ buông bỏ

Ngưỡng nguyện mười phương Tam bảo chứng minh, chúng con luôn hành Bồ tát đạo. Và nguyện cùng tất cả chúng sanh sống chung trong Biển Cả Đại Bi của mười phương Chư Phật.

Đức Thế Tôn dạy Bồ tát Ly Cấu Tuệ: Nếu có bất cứ chúng sanh nào thực hành Bồ tát đạo, tu theo lục độ, Tứ vô lượng tâm, chắc chắn mau thành bậc Chánh Đẳng Chánh Giác.

Đức Thế Tôn thuyết giảng xong, đại chúng Tỳ kheo, Bồ tát, Thiên long, Dạ xoa... nguyện tin theo và thực hành, cùng đảnh lễ đức Thế Tôn rồi lui ra.

Đại Bảo Trang Nghiêm

Ghi chú:
Đại tạng 14: N. 487, Trang 698c

VUA A XÀ THẾ HỎI: NĂM TỘI NGHỊCH LÀ GÌ?

Con nghe như vầy: Một thời đức Thế Tôn đang ở trên núi Linh Thứu cùng đại chúng Tỳ kheo năm trăm vị, thuộc La Duyệt thành. Trong khi đó Đề Bà Đạt Đa lại đến cung điện của vua A Xà Thế, đến nơi, Ngài ngồi trên chỗ soạn sẵn. Vua A Xà Thế đứng lên đảnh lễ Ngài, rồi quỳ bạch như sau: Con từng nghe đức Thế Tôn dạy: Có Năm Tội Nghịch, nếu bất cứ ai, trai hay gái, già hay trẻ, giàu hay nghèo đã làm Năm Tội Nghịch như thế, chắc chắn sẽ đọa vào địa ngục, rất khó cứu giúp. Vậy năm tội nghịch là gì?

- *Giết chết Cha*
- *Giết chết Mẹ*
- *Giết chết A la hán*
- *Tạo ra đấu loạn trong Tăng đoàn và*
- *Có ác tâm ác ý mắng chửi và làm tổn thương Phật.*

Hôm đó Ta và Đề Bà Đạt Đa cùng hại chết phụ vương. Này Đề Bà Đạt Đa! Ta cũng bị đọa vào địa ngục ư? Đề Bà Đạt Đa an ủi vua A Xà Thế: Bẩm không! Bẩm không! Đại vương chớ có lo buồn, sợ sệt. Vì đó chỉ là tai nạn, vì đó chỉ là rủi ro thôi.

Ở đời không có ai vì tai nạn mà bị quả báo bao giờ. Hay vì rủi ro mà bị quả báo. Vậy Đại vương không phạm vào một trong năm tội rất khó cứu giúp. Ai có ác tâm, ác ý giết chết cha mình mới có quả báo.

Bấy giờ, đến giờ khất thực, đại chúng tỳ kheo đắp y, mang bình bát vào thành Vương Xá. Nghe dân chúng bàn tán như vầy: Vua A Xà Thế thưa với tỳ kheo Đề Bà Đạt Đa như sau: Trẫm nghe đức Thế Tôn dạy: "Có năm tội rất khó cứu giúp, nếu có bất cứ ai, trai, gái thực hiện năm tội rất khó cứu giúp này, chắc chắn sẽ đọa vào địa ngục". Ta vô tội à! Chính ta giết cha mà. Trẫm phải đọa vào địa ngục à! Đề Bà Đạt Đa nói: Đại Vương chớ có run sợ, hoảng hốt.

Vì ai gây ra tai nạn, tai nạn do đâu mà ra.

Nếu ai làm ác, về sau phải chịu quả xấu ác. Bệ hạ không gay ra tai nạn, cũng không phải làm ra tai nạn. Không gì cả mà lãnh quả báo xấu là sao?

Bấy giờ đại chúng tỳ kheo, khất thực đã xong, và dùng ngọ cũng xong, thâu tọa cụ, đắp y, cầm bình bát đi đến chỗ đức Thế Tôn, đến nơi đại chúng tỳ kheo đảnh lễ đức Thế Tôn rồi ngồi qua một bên, bàn tán chuyện vua A Xà Thế, tất cả đều hướng về đức Thế Tôn.

Bấy giờ đức Thế Tôn nói bài kệ:
Kẻ ngu biết chốn này
Tai nạn không quả báo

Ta thấy trong tương lai
Chịu quả báo có chỗ

Đức Thế Tôn, bảo chư tỳ kheo, ở nước Ma Kiệt Đà, có vua A Xà Thế đã giết chết vua cha là Tần Bà Ta La để lên ngôi Vua, không bao lâu đã đến Ta báo chuyện này. Và ông tin sau khi chết sẽ đọa vào "địa ngục tra khảo". Kế đến là địa ngục Nê lê. Bấy giờ có một vị tỳ kheo bạch với đức Thế Tôn, sau khi nghiệp báo ở địa ngục Nê lê hết, ông ta (A Xà Thế) sanh về đâu? Đức Thế Tôn dạy: Ông ta sanh lên cõi: Tứ Thiên Vương. Ở đây mạng chung

… Tam thập tam thiên...

Viêm thiên thượng

Đâu suất thiên

Hóa tự tại thiệnỞ đây mạng chung

Ông ta sanh lên Tha hóa tự tại thiên

Từ Tha Hóa tự tại thiên mạng chung sanh ngược lại

 Hóa tự tại thiên. Ở đây mạng chung

Ông ta sanh: Đâu suất thiên. Ở đây mạng chung

Ông ta sanh: Viêm thiên hương. Ở đây mạng chung

Ông ta sanh: Tam tập tam thiên. Ở đây mạng chung

Ông ta sanh: Tứ thiên vương. Ở đây mạng chung

Ông ta sanh vào thế giới Ta bà này... .

 Nước Ma Kiệt Đà.

Trong hai mươi kiếp ông ta không sanh trong tam đồ lục đạo, chỉ tới lui trong loài trời và người mà thôi. Thân cuối cùng, ông là làm người, cắt tóc, xuất gia, thâm tín Tam bảo, đắp ba y, xuất gia tu đạo. Chứng Bích Chi Phật, có tên là Vô uế. Vị tỳ kheo bạch Thế Tôn: Thật là kỳ lạ, thật hy hữu. Đức Thế Tôn dạy: Vua nước Ma Kiệt Đà là A Xà Thế, khi phát tâm thành tựu, các điều tốt đẹp cùng đến. Tỳ kheo khéo duy trì phát tâm thành tựu chắc chắn thoát khỏi địa ngục. Nếu phát tâm không thành tựu nhưng nhân duyên thành tựu, tuy chưa sanh vào địa ngục, do có thể bày phương tiện mà không vào địa ngục. Có vị tỳ kheo bạch đức Thế Tôn: Nếu người kia thành tựu cả hai thì người đó sanh ở đâu?

Đức Thế Tôn dạy: Người đó sanh hai nơi. Dạ, hai nơi nào? Chư thiên và loài người.

Nếu người kia phát tâm thành tựu nhưng nhân duyên không thành tựu. Thì sự việc này như thế nào?

Đức Thế Tôn dạy: Ai phát tâm thành tựu nhưng nhân duyên không thành tựu. Đây là hạng người có căn tánh chậm chạp. Còn ai phát tâm không thành tựu nhưng nhân duyên lại thành tựu. Đây là hạng người có căn tánh nhanh nhẹn.

Vị tỳ kheo lại bạch: Bạch đức Thế Tôn: Độn căn và Lợi căn có sự khác biệt như thế nào?

Kẻ độn căn tu tập khó tiến bộ

Kẻ lợi căn, là người thông minh, tu tập mau thành đạt.

Vị tỳ kheo lại bạch tiếp: Dạ, còn có sự khác biệt nào nữa không?

Đức Thế Tôn bèn nói bài kệ:
Ở đời trí tuệ nhất

Bình an chốn nương thân

Tinh thông pháp tu tập

Chấm dứt sanh tử khổ

Có một vị tỳ kheo khác, sau khi nghe xong bài kệ, lòng rất vui vẻ và kính cẩn thực hành. Rồi từ chỗ ngồi đứng lên đảnh lễ sát chân đức Phật, đi nhiễu ba vòng xong, đến giờ khất thực. Vị ấy đắp y và cầm bình bát vào thành La Duyệt khất thực, lần đến trước cung điện của vua A Xà Thế. Từ xa vua A Xà Thế trông thấy vị tỳ kheo ấy đến. Nhà vua ra lệnh cho người gác cửa; cấm tất cả các vị tỳ kheo vào thành, trừ tôn giả Đề Bà Đạt Đa.

Bấy giờ người gác cổng cầm tay vị tỳ kheo xô đuổi ra khỏi thành. Vị tỳ kheo giơ tay phải lên và nói to cho vua

A Xà Thế nghe. Tôi là thiện tri thức của nhà vua đây. Nơi này là chốn an ổn, không có buồn phiền nào. Nhà vua đáp lại bằng câu hỏi: Thầy nói như vậy có ý nghĩa gì? Vị tỳ kheo giải thích: Đức Thế Tôn: Vua nước Ma Kiệt Đà, tuy giết chết vua cha, chắc chắn đọa vào địa ngục tra khảo.

Từ địa ngục Tra Khảo mạng chung

Sanh lên Tứ Thiên vương, từ đây mạng chung

Sanh lên Tam thập tam thiên, từ đây mạng chung

Sanh lên Viên thiên, Đâu Suất thiên, Hóa tự tại thiên, Tha hóa tự tại thiên, từ đây mạng chung Sanh: Hóa tự tại thiên, Đâu suất thiên, Viên thiên, Tam thập tam thiên, Tứ thiên vương cung, Sanh làm người ở cõi đời này. Như vậy đại vương phải qua hai mươi kiếp. Không đọa vào ba ác đạo. Lưu chuyển trong nhân gian. Thân cuối cùng sanh làm người. Thâm tín Tam bảo, cạo tóc xuất gia học đạo, mặc ba y, cuối cùng chứng thánh quả. Bích Chi Phật, có tên gọi: Vô Uế. Được như vậy, nhờ Đại vương chứng đắc Vô Căn Tín.

Vị tỳ kheo nói như vậy xong, bèn thối lui.

Bấy giờ, vua A Xà Thế nghe vị tỳ kheo đó nói, lòng không hoan hỷ, cũng không giận hờn, và chẳng màn gì lời nói đó. Bèn gọi Kỳ Bà nói: Này Kỳ Bà! Có Sa môn đến chỗ Trẫm nói: Đức Như Lai bậc Chí Chơn Đẳng Chánh Giác dạy như vầy: Giết chết vua cha là tội rất khó cứu giúp.

Sau khi mạng chung sanh vào địa ngục Tra khảo. Từ đây mà chết sanh về Tứ Thiên vương, Tam thập tam thiên, Viên thiên, Đâu suất thiên, Hóa tự tại thiên, Tha hóa tự tại thiên, từ đây mà chết sanh trong Loài người, thân cuối cùng. Thâm tín Tam bảo, cạo tóc xuất gia học đạo, thành Bích Chi Phật, có tên Vô Uế.

Vua A Xà Thê cùng Kỳ Bà đến chỗ đức Thế Tôn để thẩm xét lời nói của Sa môn đó có đúng như vậy không? Đến nơi, cả hai đều đảnh lễ đức Thế Tôn sát đất, rồi ngồi qua một bên để lắng nghe lời dạy của đức Thế Tôn. Đúng như vậy Kỳ Bà, vua A Xà Thế thành tựu Vô Căn Tín.

Cả hai nghe xong rất vui mừng, cùng đảnh lễ đức Thế Tôn và đi nhiễu ba vòng rồi cáo lui.

Đại Bảo Trang Nghiêm

Ghi chú:
Đại tạng 14, N. 508, Trang 775c

ĐỨC THẾ TÔN
VÌ CÁC TỲ KHEO TRẺ TUỔI
DẠY CHÁNH SỰ

Con nghe như vầy: một thời đức Thế Tôn đang ở nước Xá Vệ, trong tinh xá của ông Cấp Cô Độc và rừng cây của thái tử Kỳ Đà.

Lúc này nhằm mùa An cư, nên hàng thượng tọa Thanh văn rất động, quý ngài thường ngồi dưới gốc cây xung quanh tinh xá để tĩnh tọa.

Cũng có rất nhiều tỳ kheo trẻ tuổi đến trước đức Thế Tôn đảnh lễ xong rồi tất cả ngồi xuống một bên. Đức Thế Tôn vì các tỳ kheo trẻ tuổi này giảng dạy pháp yếu. Ngài trình bày rất rõ ràng, mạch lạc, sâu thẳm. Nghe xong, các tỳ kheo trẻ tuổi này rất hoan hỷ, thích thú, yên lặng suy tư. Rồi đứng lên đảnh lễ đức Thế Tôn rồi lui ra.

Liền sau đó, các vị tỳ kheo trẻ tuổi này đến đảnh lễ hàng thượng tọa Thanh văn, xong rồi ngồi xuống một bên. Chư vị thượng tọa

Thanh văn suy nghĩ: Chúng ta nên giúp đỡ cho các tỳ kheo trẻ tuổi này. Một vị thượng tọa Thanh văn giúp giảng dạy cho một tỳ kheo trẻ tuổi, hay một vị Thượng tọa Thanh văn giúp giảng dạy cho hai hay ba vị tỳ kheo trẻ tuổi này, hay một vị Thượng tọa Thanh văn giúp giảng dạy cho đến sáu mươi vị tỳ kheo trẻ tuổi.

Bấy giờ, ngày trăng tròn, ngày chư tăng bố tát. Đức Thế Tôn ngồi trước đại chúng tỳ kheo. Sau khi quán sát đại chúng tỳ kheo xong, đức Thế Tôn ca ngợi: Lành thay! Lành thay! Ta, hôm nay, rất vui mừng khi thấy đại chúng tỳ kheo thực hành Chánh sự, các thầy cố gắng tu tập thêm.

Sau ba tháng an cư, từ nước Xá Vệ, chư tăng đi du hóa các nơi giảng dạy giáo lý và hướng dẫn hàng Phật tử tại gia tu tập. Sau tháng Ca đề, chư tang trở về nước Xá Vệ. Đắp y, mang bình bát, rửa mặt tay chân sạch sẽ, rồi đến nơi đức Thế Tôn cư ngụ, đảnh lễ sát đất, ngồi qua một bên.

Bấy giờ đức Thế Tôn vì chư tăng giảng dạy pháp yếu, chỉ rõ những sự việc nên làm, chư tăng rất hoan hỷ và tin theo, phụng hành. Tất cả đứng dậy, đảnh lễ rồi đến chỗ Thượng tọa Thanh văn đảnh lễ sát đất, ngồi qua một bên. Chư vị thượng tọa Thanh văn suy nghĩ: Chúng ta nên giúp đỡ cho các tỳ kheo trẻ tuổi này. Một vị thượng tọa Thanh văn giúp giảng dạy cho một tỳ kheo trẻ tuổi, hay một vị thượng tọa Thanh văn giúp giảng dạy cho hai hay ba vị tỳ kheo trẻ tuổi. Thanh văn giúp giảng dạy cho đến sáu mươi vị tỳ kheo trẻ tuổi về giới luật, cách ứng xử, biết vị nào lớn, ai nhỏ.

Bấy giờ, ngày trăng tròn, ngày chư tăng Bố tát. Đức Thế Tôn ngồi trước đại chúng tỳ kheo. Sau khi quan sát đại chúng tỳ kheo xong, đức Thế Tôn ca ngợi: Lành thay! Lành thay! Ta, hôm nay, rất vui mừng khi thấy đại chúng tỳ kheo thực hành chánh sự và các lạc pháp khác nữa.

Này các tỳ kheo! Chư Phật ở thời quá khứ cũng có đại chúng tỳ kheo thực hành Chánh sự. Như đại chúng hiện nay, cũng như chư Phật thời vị lai cũng có đại chúng tỳ kheo thực hành Chánh sự.

Như đại chúng hôm nay, không có gì khác, các bậc trưởng lão tỳ kheo cũng chứng đắc sơ thiền, nhị thiền, tam thiền, tứ thiền. Đầy đủ bốn tâm vô lượng: Từ, Bi, Hỷ, Xả. Vào: Không vô biên xứ, Thức vô biên xứ, Vô sở hữu xứ, Phi tưởng phi phi tưởng xứ, đầy đủ trọn vẹn như nhau.

Có những vị tỳ kheo ba kiết đã sạch chứng đắc Tu đà hoàn không còn đọa vào ác thú. Pháp quyết định hướng tâm bồ đề, còn bảy lần tái sanh cuối cùng chấm dứt khổ đau.

Có những vị tỳ kheo ba kiết đã sạch, tham, sân, si còn ít chứng đắc Tư đà hàm.

Có những vị tỳ kheo năm hạ phần kiết sử đã sạch chứng đắc A na hàm. Sanh bát niết bàn, không còn tái sanh.

Ở cõi đời này, có tỳ kheo chứng đắc vô lượng thần thông cảnh giới. Thiên nhĩ, tha tâm thông, Túc mạng trí thông, Sanh tử trí, Lậu tận trí.

Có những vị tỳ kheo tu bất tịnh quán dứt hẳn tham dục.

Có những vị tỳ kheo tu Từ Bi Tâm đoạn tận giận hờn.

Có những vị tỳ kheo tu Vô thường tưởng dứt sạch ngã mạng.

Có những vị tỳ kheo tu Tứ niệm xứ cắt đứt Giác tưởng.

Làm thế nào vị tỳ kheo tu Tứ niệm xứ để cắt đứt Giác tưởng. Vị tỳ kheo này đến nơi yên tĩnh quán niệm bốn cách sau đây:

Quán thân bất tịnh

Quán thọ thị khổ

Quán tâm vô thường

Quán pháp vô ngã

Đức Thế Tôn thuyết giảng xong, chư thượng tọa Thanh văn cũng như những vị tỳ kheo trẻ tuổi vui mừng, đảnh lễ đức Thế Tôn rồi lui ra.

Đại Bảo Trang Nghiêm

Vía Đức Phật A Di Đà

Ngày 17, tháng 11, Canh Tý, 2020

ĐỨC THẾ TÔN DẠY: TÁM ĐẠI BỒ TÁT KINH

Con nghe như vầy, một thời đức Thế Tôn đang ở nước Xá Vệ, trong tinh xá của ông Cấp Cô Độc và rừng cây của thái tử Kỳ Đà cùng một ngàn hai trăm năm mươi vị tỳ kheo và tám vị Đại Bồ Tát. Tên quý ngài như sau:

Diệu Cát Tường Đại Bồ Tát

Đại Từ Đại Bi Quán Thế Âm Đại Bồ Tát

Di Lặc Đại Bồ Tát

Hư Không Tạng Đại Bồ Tát

Đại Hạnh Phổ Hiền Đại Bồ Tát

Kim Cang Thủ Đại Bồ Tát

Trừ Cái Chướng Đại Bồ Tát

Đại Nguyện Địa Tạng Đại Bồ Tát.

Quý Đại Bồ Tát đều là bậc đứng đầu. Lại có các vị Đại Bồ Tát sau đây nữa:

Vô năng Thắng Đại Bồ Tát

Long Tướng Đại Bồ Tát

Hỷ Ý Đại Bồ Tát

Vô Cấu Tạng Đại Bồ Tát

Vô Cấu Xưng Đại Bồ Tát

Trí Vương Đại Bồ Tát

Vô Biên Quân Đại Bồ Tát

Trí Quang Đại Bồ Tát

Huệ Quang Đại Bồ Tát

Huệ Đăng Đại Bồ Tát

Trí Đăng Đại Bồ Tát

Phạm Thọ Đại Bồ Tát

Thiên Quan Đại Bồ Tát

Như vậy các vị Đại Bồ Tát cùng đến đạo tràng.

Bấy giờ đức Thế Tôn gọi: Này Xá Lợi Phất. Ông hãy lắng lòng lặng nghe: Về thuở quá khứ, ở hướng Đông có hằng hà sa số thế giới. Trong đó có cõi Phật tên Vô Năng Thắng, trong cõi này đức Thế Tôn tên: Thiện Tinh Tấn Cát Tường Như Lai Ứng Chánh Đẳng Giác, Ngài vì tất cả chúng sanh bấy giờ, giảng dạy vi diệu pháp.

Lại nữa này Xá Lợi Phất, cũng ở hướng Đông có mười hằng hà sa số thế giới. Trong đó có cõi Phật tên Vô Ngã. Trong cõi này có đức Thế Tôn tên: Phổ Chiếu Như Lai, Ứng Chánh Đẳng Giác, Ngài vì tất cả chúng sanh bấy giờ, giảng dạy vi diệu pháp.

Lại nữa này Xá Lợi Phất, cũng ở hướng Đông có ba hằng hà sa số thế giới. Trong đó có cõi Phật tên Thiện Ái. Trong cõi này có đức Thế Tôn tên: Cát Tường Như Lai, Ứng Chánh Đẳng Giác, Ngài vì tất cả chúng sanh bấy giờ, giảng dạy vi diệu pháp.

Lại nữa này Xá Lợi Phất, cũng ở hướng Đông có ba mươi bốn hằng hà sa số thế giới. Trong đó có cõi Phật tên Tịch Tĩnh Tạng. Trong cõi này có đức Thế Tôn tên: Ấn Nại La Kế Đỗ Đặc Phược Nặc Vương Như Lai, Ứng Chánh Đẳng Giác, Ngài vì tất cả chúng sanh bấy giờ, giảng dạy vi diệu pháp.

Lại nữa này Xá Lợi Phất, cũng ở hướng Đông có năm hằng hà sa số thế giới. Trong đó có cõi Phật tên Ly Trần. Trong Cõi này có đức Thế Tôn tên: Hỷ Công Đức Quang Tự Tại Vương Như Lai Ứng Chánh Đẳng Giác, Ngài vì tất cả chúng sanh bấy giờ, giảng dạy vi diệu pháp.

Đức Thế Tôn dạy ngài Xá Lợi Phất rằng: Nếu có Phật tử nam, Phật tử nữ hay bất cứ người nào mà nghe được danh hiệu chư Phật, Bồ tát trong kinh này dù chỉ một lần phát tâm trì niệm, ghi nhớ, ghi chép, trì tụng, giảng giải cho người khác hiểu biết. Thì sau khi mạng chung, không bao giờ sanh vào: Địa ngục, Ngạ quỷ, Súc sanh. Không bao giờ sanh vào nhà có tà kiến, giai cấp hạ tiện.

Cũng không sanh vào trời Trường Thọ, vào cõi Ta bà đầy đủ năm thứ Ô uế: Kiếp ô uế, Thấy ô uế, Phiền não ô uế, Chúng sanh ô uế, Đời sống ô uế.

Cũng không sanh vào chỗ đói khát, bệnh tật, chiến tranh, giặt giả.

Cũng không sanh vào chỗ Vua, Chúa há hiếp cướp bóc dân lành, nạn nước, nạn lửa, nạn động đất, nạn cướp giựt, nạn voi dày, cọp, sư tử ăn thịt.

Luôn luôn sanh vào nước nào, cõi nào có phụng thờ Tam Bảo. Thân cao ráo, khỏe mạnh, sáu căn trọn vẹn. Bà con giòng họ biết kính thờ Tam bảo, phụng dưỡng cha mẹ, làm lành lánh dữ.

Đầy đủ Tứ Vô Lượng Tâm, Sáu Ba La Mật, hiểu tường tân giáo nghĩa thâm sâu của Phật. Cuối cùng chính mình tự biết:

Sanh đã tận

Phạm hạnh đã thành

Những việc đáng làm đã làm xong

Không còn tái sanh vào cõi đời này nữa, trừ phát nguyện vào đời độ sanh.

Khi đức Thế Tôn thuyết giảng xong, chư đại Bồ tát, ngài Xá Lợi Phất, chư Tỳ kheo, Trời, Người, A tu la, v.v.. rất vui mừng nguyện một lòng tin theo và thực hành.

Đại Bảo Trang Nghiêm

Ghi chú:
Đại tạng 14, N. 490, Trang 751c

Phương Danh Phật Tử
Cúng Dường Ấn Tống
Vô Biên Pháp Lạc 1

Cầu an chư Phật tử

1. *Chơn Hảo*
2. *Hoa Thiện*
3. *Đồng Pháp*
4. *Đồng Thành*
5. *Quảng Minh*
6. *Quảng Hiền*
7. *Viên Hương*
8. *Diệu Huệ*
9. *Chơn Thọ*
10. *Phước Hiền*
11. *Nguyên Nga*
12. *Tịnh Phương*
13. *Tịnh Hiền*
14. *Hải Chơn Nguyên*
15. *Tịnh Minh*
16. *Nguyễn Anh Vinh*
17. *Đặng Quang Kiêm-Vinh*
18. *Diệu Tâm*
19. *Diệu Mai*
20. *Tịnh Vân*
21. *Thiện Diệu*
22. *Đồng Nhơn*
23. *Quảng Định - Tịnh Ngộ*
24. *Lưu Hoành Tôn*
25. *Secilia, Kelly*

26. *Lưu Kim Ngọc*
27. *Diệu Phước*
28. *Chúc Hỷ*
29. *Huệ Thông*
30. *Chúc Trác*
31. *Chúc Tương*
32. *Trịnh Thu Helen*
33. *Trịnh Nancy*
34. *Russell Low*
35. *Vân Lê Arron*
36. *Trịnh Hữu Thắng*
37. *Trịnh Tâm Thục*
38. *Trịnh Tâm Thảo*
39. *Nguyễn Khoa Viên Minh*

Cầu Siêu Chư Hương Linh

1. *Trịnh Thế*
2. *Ngô Thị Chè*
3. *Trịnh Hữu Thuần*
4. *Trần Mạnh Tân*

Nguyện đem công đức này
Hướng về khắp tất cả
Đệ tử và chúng sanh
Đều trọn thành Phật đạo.